Bài Viết Học Thuật và Nghiên Cứu Thần Học:

Sách Hướng Dẫn cho Sinh Viên

Kevin Gary Smith

với sự cộng tác của

Noel Woodbrige
Mark Pretorius

Resource Leadership International - 2017
Phiên bản Quốc Tế

61 Wessels Road
Rivonia
Johannesburg
South Africa 2128

Email: kevin@sats.edu.

Bản dịch tiếng Việt: Trần Thị Lan Khuê

Hiệu đính: Trần Thị Saralen

Sửa bản in: Văn Phẩm Hạt Giống

Thiết kế bìa: Hoàng Hồng Hạnh

Mã số ISBN (Canada): 978-0-9959447-5-6

Được sự cho phép của tác giả, Văn Phẩm Hạt Giống đã chuyển các trích dẫn trong bài trong tài liệu này sang hình thức trích dẫn cuối trang theo phong cách Turabian, phiên bản 8. Chương 5 (Trích Dẫn Tài Liệu Theo Phong Cách Turabian) không có trong nguyên tác tiếng Anh. Chúng tôi đã biên soạn và thêm vào nhằm hướng dẫn sinh viên cách trích dẫn tài liệu theo phong cách Turabian. Các ví dụ minh hoạ bằng tiếng Việt do Văn Phẩm Hạt Giống chuẩn bị.

Mục Lục

Lời Tựa

Quyển sách này là một hướng dẫn tuyệt vời dành cho cả sinh viên và giáo sư hướng dẫn.

Nỗ lực để đạt được sự rõ ràng trong bài viết và nghiên cứu học thuật ở mọi cấp độ mang tính chuyên môn luôn là mục tiêu cần vươn tới nhưng không phải lúc nào người ta cũng đạt được. Sai lầm thường không ở sinh viên, mà đúng hơn là ở sự thiếu hiểu biết và nhầm lẫn.

Sách hướng dẫn này được viết với văn phong đơn giản nhưng lôi cuốn. Mục tiêu là nhằm giới thiệu những yêu cầu mang tính chuyên môn đối với bài viết nghiên cứu học thuật trong bài tiểu luận, đồ án, điểm sách và báo cáo ở bậc cao đẳng và đại học cho các sinh viên năm nhất cũng như sinh viên sau đại học. Quan trọng hơn, quyển sách được soạn thảo công phu này đem đến nhiều chỉ dẫn phong phú cho việc sắp xếp các đề cương nghiên cứu quan trọng. Phần kế hoạch nghiên cứu đặc biệt hữu ích vì trong phần này, chúng ta sẽ xem xét đến bố cục, phương pháp luận và danh mục tài liệu.

Nhưng đây cũng là một quyển sách hữu ích cho người hướng dẫn và các giáo sư. Các chi tiết và tiểu tiết của việc tham khảo chính xác và có hệ thống cho hàng loạt các trường hợp khác nhau không phải lúc nào cũng có sẵn, ngay cả với những học giả dày dạn kinh nghiệm, là những người thích tiếp cận tính phức tạp của đề tài!

Có thể đúng như mong đợi, quyển sách đề cập đến phần lớn những phương diện mang tính chuyên môn của bài viết học thuật một cách rõ ràng và có hệ thống. Đây là ích lợi chính của quyển sách.

Rất nhiều hình ảnh và biểu đồ minh họa hữu ích sẽ giúp cho sinh viên dày dạn kinh nghiệm cũng như mới vào trường trong việc chuẩn bị nhiều phương diện khác nhau cho bài viết học thuật cấp đại học và cao đẳng.

Phần Nghiên Cứu Giải Kinh, Thần Học Hệ Thống và Thần Học Thực Hành được viết rõ ràng. Từng lĩnh vực nghiên cứu đi kèm biểu đồ kế hoạch thực hiện theo trình tự. Các nguyên tắc đưa ra được chỉnh sửa cho phù hợp với nhiều môn học khác nhau.

Mặc dù sách được viết từ những trải nghiệm của một viện thần học, nhưng tác giả chính và các đồng tác giả sử dụng phương pháp thực tế và bao quát cho nhiều hệ thống tham chiếu khác nhau, bao gồm các phương pháp thừa nhận các nguồn tài liệu điện tử và trên mạng. Tuy nhiên, họ đều yêu cầu sự nhất quán trong việc tham khảo khi thực hiện bất kỳ bài viết học thuật nào.

Tôi chân thành giới thiệu quyển hướng dẫn bài viết học thuật và nghiên cứu thần học gồm những thông tin mới nhất này với các đồng nghiệp trong trường đại học với mục đích xem xét và cũng có thể giới thiệu, cho cả sinh viên của họ nữa.

Giáo sư Arthur Song[1]
Ngày 5 Tháng 8 Năm 2008

---

1. Giáo sư Song là nguyên Trưởng Khoa Thần Học tại Đại Học Zuzuland (Nam Phi) và là nguyên Chủ Nhiệm Chương Trình Đào Tạo Sau Đại Học tại Viện Thần học Nam Phi.

Lời Giới Thiệu

Quyển sách này ra đời từ kinh nghiệm nhiều năm làm việc với các sinh viên đại học và sau đại học tại Viện Thần học Nam Phi. Sách chỉ có *một mục đích - giúp các sinh viên thần học làm bài và viết luận văn tốt hơn.* Các đồng nghiệp và tôi đã tận mắt chứng kiến những vất vả và khó khăn mà sinh viên của chúng tôi phải đương đầu. Chúng tôi cảm thấy đã đến lúc phải viết những bài học mình đã học ra giấy, với hy vọng chúng sẽ giúp các sinh viên tương lai học hỏi từ những người đi trước. Chúng tôi chia sách làm hai phần. Phần 1 nói về những vấn đề chung của loại bài viết học thuật, thích hợp cho mọi sinh viên, cho dù họ đang viết bài tiểu luận năm nhất hay luận văn tiến sĩ. Phần 2 chủ yếu dành cho sinh viên sau đại học, những người đang chuẩn bị viết luận văn hay luận án. Phần này đề cập đến các khía cạnh nghiên cứu thần học từ trung cấp đến cao cấp.

Mặc dù chỉ một mình tôi chịu trách nhiệm (dù hậu quả ra sao) về bản văn cuối cùng và biên tập từng chương, nhưng tôi hết sức biết ơn hai đồng nghiệp tại Viện Thần học Nam Phi về sự đóng góp của họ. Tiến sĩ Mark Pretorius, chuyên gia lượng giá cấp cao của chúng tôi, đã nghiên cứu và soạn bản thảo đầu tiên cho các chương về bài viết và việc đạo văn. Từng đánh giá vô số bài làm, ông đem kinh nghiệm cá nhân từ nhiều năm qua vào những thách thức trong việc viết bài và tránh đạo văn. Tiến sĩ Noel Woodbridge đã hướng dẫn thành công nhiều luận văn liên quan đến nghiên cứu thực nghiệm. Ông đủ trình độ chuyên môn hơn tôi để viết các chương về thần học thực hành và nghiên cứu mô tả. Tôi biết ơn ông vì đã làm việc này. Ông cũng có đóng góp nhất định trong chương đề cập đến việc trình bày bố cục của một bài nghiên cứu giải kinh.

Vì những thông tin quý giá từ Noel và Mark, và nội dung sách phản ánh trải nghiệm chung của các giáo sư tại Viện Thần học Nam Phi ở mức độ nào đó nên hầu hết những từ chỉ về tác giả đều ở ngôi thứ nhất số nhiều (chúng tôi, và của chúng tôi). Khi dùng ở số ít (tôi, của tôi), điều đó ngụ ý nhận xét và kinh nghiệm của cá nhân tôi.

Vì chúng tôi phục vụ tại Viện Thần học Nam Phi nên khung tham chiếu bắt nguồn từ hệ thống đào tạo sau đại học của Nam Phi. Mặc dù có một số khía cạnh phản chiếu các quy tắc mang tính địa phương, chẳng hạn hệ thống tham khảo được ưa thích và các yêu cầu về độ dài của luận văn, nhưng chúng tôi tin rằng phần lớn sách khái quát đủ để giúp ích cho các sinh viên thần học nói chung.

Vì khung sườn của chúng tôi là thần học, nên chúng tôi có khuynh hướng dùng từ Cử nhân Thần học (BTh), Thạc sĩ Thần học (MTh) và Tiến sĩ Thần học (DTh) khi nói đến ba cấp độ học vị sau đại học. Quý độc giả có thể thay thế các tên gọi chuyên môn khác, chẳng hạn Thạc sĩ cho Thạc sĩ Thần học hay Tiến sĩ Triết học cho Tiến sĩ Thần học, nếu chủng viện của bạn dùng các danh hiệu riêng biệt này.

Chúng tôi dùng thuật ngữ *luận văn* (thesis) cho các nghiên cứu ở cấp độ Cử nhân, Thạc sĩ và Tiến sĩ, trong khi từ *luận án* (dissertation) chỉ dành cho cấp độ tiến sĩ. Chúng tôi nói một luận văn Tiến sĩ hay một luận án Tiến sĩ, nhưng chỉ có thể nói luận văn Thạc sĩ. Một số chủng viện đảo ngược cách gọi này, tức là luận văn cho cấp độ Tiến sĩ và luận án cho cấp độ Cử nhân, Thạc sĩ. Đây chỉ là vấn đề sở thích của chủng viện, vì vậy có thể chủng viện của bạn dùng những thuật ngữ này khác với cách chúng tôi dùng.

Cuối cùng, tôi muốn tỏ lòng biết ơn với những người đã giúp đỡ để công trình này thành hiện thực: Tiến sĩ Reuben van Rensburg - hỗ trợ bước khởi đầu; Jenny Mason - lo hậu cần cho việc xuất bản; các đồng nghiệp và cố vấn của tôi, Giáo sư Arthur Song, Sam Kunhi, Tiến sĩ Dan Lioy và Frank Jabini - tác động đáng kể đến suy nghĩ của tôi về nghiên cứu thần học; và cuối cùng, chắc chắn không kém phần quan trọng, đó là người vợ tuyệt vời của tôi, Lyndi, về sự hỗ trợ và hy sinh của cô ấy.

Kevin Smith

Ngày 28 Tháng 5 Năm 2008

Phần A:
Bài Viết Học Thuật

Trong sáu chương đầu, chúng tôi bàn đến những nguyên tắc cơ bản của một bài viết học thuật hay. Để có một bài viết hay, tôi phải làm như thế nào? Tôi sắp xếp một bài luận như thế nào? Tôi tham khảo các nguồn tài liệu như thế nào cho chính xác? Bằng cách nào tôi giữ được tính chính trực trong bài viết của mình? Thế nào là một bài viết được định dạng đúng? Đây là những câu hỏi cần thiết đối với tất cả các sinh viên. Lời khuyên thực tế được đưa ra phải chứng minh tính giá trị, dù bạn là tân sinh viên mới rời khỏi trường phổ thông, hay bạn đang viết luận án tiến sĩ.

Chương 1 nói đến cách viết một bài luận hay. Chúng tôi bắt đầu với cạm bẫy phổ biến nhất mà sinh viên mắc phải – không đọc chính xác câu hỏi. Sau đó, chúng tôi đưa ra hướng dẫn tìm nguồn thông tin để trả lời câu hỏi. Cuối cùng, chúng tôi xem xét ba thành tố - nhập đề, thân bài và kết luận - những nội dung cần có trong từng phần.

Chương 2 trình bày những điều nên và không nên trong một bài viết học thuật hay. Chúng tôi phân tích các nguyên tắc xây dựng một lập luận chặt chẽ, xem xét những mẹo vặt giúp viết rõ ràng, trong sáng và có những lời khuyên về phần trình bày bài viết.

Từ chương 3 đến chương 6, chúng tôi chuyển sang nguồn tài liệu tham khảo, một khía cạnh quan trọng của bài viết học thuật. Chúng tôi phác thảo hệ thống tham khảo tác giả-năm (author-date), phần trích dẫn được đề cập trong chương 3 và chương 4 được dành để nói đến việc chuẩn bị danh mục tài liệu.[1] Chương 6 bàn đến vấn đề gai góc là đạo văn, một vấn đề trở thành bệnh dịch trong giáo dục đại học bởi việc cắt dán thông tin dễ dàng từ nguồn Internet.

Chương 7 kết thúc Phần A bằng việc minh họa cách định dạng bài viết và những vấn đề liên quan.

---

1. Văn Phẩm Hạt Giống đã thêm vào chương 5 để giới thiệu cách trích dẫn theo phong cách Turabian, một phong cách phổ biến được dùng tại nhiều trường chủng viện hiện nay

Chương 1

Viết Bài

Trong hầu hết các chương trình giáo dục sau đại học, bài viết là hình thức đánh giá chủ yếu. Mục đích của chương này là giới thiệu những khái niệm cơ bản của một bài viết tốt. Viết một bài luận bao gồm hai bước chính: lập bố cục và viết. Chúng tôi sẽ trình bày từng giai đoạn.

Lên Kế Hoạch Cho Bài Viết

Tục ngữ có câu 'Dục tốc bất đạt'. Câu này chắc chắn cũng có ý nghĩa trong việc viết bài. Nguyên nhân phổ biến nhất của việc phải làm lại bài là viết vội. Khi *viết* bài một cách vội vã, sinh viên không lập kế hoạch đúng mức. Một giảng viên đã nói: "Không lập kế hoạch là báo trước một thất bại!" Khi cần viết một bài luận, hãy đầu tư thời gian lập kế hoạch cho bài viết; bạn sẽ tiết kiệm được nhiều thời gian hơn sau này.

Tìm hiểu đề bài

Phần trước tiên và quan trọng nhất của việc lập kế hoạch cho bài viết là tìm hiểu đề bài. Chúng tôi biết điều này nghe có vẻ hiển nhiên đến nỗi có lẽ bạn không chú ý nhiều đến nó, nhưng chúng tôi đã chấm hàng ngàn bài viết mà trong đó, các sinh viên hoàn toàn không đọc đề bài một cách chính xác. Hãy đọc đề bài. Hãy đọc câu hỏi thật cẩn thận. Hãy đọc cho đến khi bạn có được bức tranh như pha lê trong tâm trí về điều bạn phải thực hiện.

Cách hữu ích có thể bảo đảm việc hiểu đề bài là ghi chú những từ ngữ chính trong lời hướng dẫn của bài tập. Cụ thể, những từ chỉ hành động cho biết điều người chấm bài muốn bạn làm. *Pretorius* đề nghị những từ ngữ chính cần lưu ý như sau:[1]

- *Phân tích*: chia tài liệu thành nhiều phần hay nhiều yếu tố và phân tích đầy đủ.
- *So sánh*: nhận ra những điểm giống nhau và/hoặc những điểm khác nhau giữa các ý tưởng, sự kiện, quan điểm, vân vân.
- *Đối chiếu*: chỉ ra những điểm khác nhau giữa các đối tượng hay đặc điểm nào đó.
- *Bình phẩm*: chỉ ra những ưu, khuyết điểm và đưa ra ý kiến của riêng bạn sau khi nghiên cứu tất cả các sự việc.

Nếu bạn không chắc chắn 100 phần trăm nghĩa của từ ngữ chính, hãy tra nghĩa của từ trong một quyển từ điển đáng tin cậy. Điều này đặc biệt quan trọng khi tiếng Anh không phải là ngôn ngữ mẹ đẻ của bạn.[2]

Tìm thông tin thích hợp

Một khi hiểu vấn đề, bạn phải lấy thông tin thích hợp nhằm giúp bạn trả lời vấn đề đó. Bạn có thể tìm thấy đủ thông tin trong sách giáo khoa của môn học, trong sổ tay hoặc hướng dẫn nghiên cứu để viết một số bài, nhưng những bài khác sẽ đòi hỏi bạn phải nghiên cứu thêm trong thư viện và/hoặc trên Internet. Điều quan

---

1. Mark Pretorius, "How to write a good assignment" (bài giảng tại trường thần học Nam Phi, 2008)
2. BT: Những điều này cũng được áp dụng trong tiếng Việt vì tính chất phong phú của tiếng Việt.

trọng là biết phải sử dụng nguồn tài liệu nào và sử dụng như thế nào.

Những yêu cầu về việc dùng tài liệu thay đổi tùy theo cấp độ bạn đang học. Trong bài viết năm đầu tiên, bạn có thể xoay sở chỉ với hai hoặc ba nguồn tài liệu thông thường. Nhưng điều này sẽ không được chấp nhận trong bài viết của sinh viên năm thứ ba hay thứ tư, mà bạn cần ít nhất 12 nguồn tài liệu chất lượng. Trong luận án tiến sĩ, tiêu chuẩn là 250-300 tài liệu học thuật.

Khi tìm nguồn tài liệu cho bài viết, hãy cố gắng tìm những tài liệu học thuật gần đây. Các tài liệu học thuật được nghiên cứu kỹ lưỡng; nói nhiều đến lĩnh vực thực tế hơn là quan điểm. Các bài báo chuyên đề được đánh giá bởi các chuyên gia có lẽ là nguồn tài liệu tốt nhất. Những quyển sách được nghiên cứu cẩn thận là tài liệu tốt thứ nhì. Các bài viết trên internet thường là kém chất lượng. Mặc dù có nhiều bài báo có tính học thuật được nghiên cứu kỹ lưỡng trên trang mạng, nhưng cũng có hàng ngàn bài dưới chuẩn. Chỉ đơn thuần dùng các bài báo trên Internet là không thể chấp nhận.

Nguồn gốc tác giả là chìa khóa để đánh giá giá trị học thuật. Nếu tác giả là một học giả đáng kính hay một chuyên gia về đề tài đó, thì bài viết sẽ hữu ích. Nếu tác giả chỉ là người không chuyên, bày tỏ ý kiến cá nhân, hãy cẩn thận khi sử dụng tài liệu đó. Ví dụ: trên Wikipedia, *bất kỳ ai* cũng có thể biên tập các bài báo; mối nguy hiểm thật sự là bài báo được viết bởi người không hiểu rõ về đề tài. Ngược lại, hầu hết các bài báo trên www.bible.org được viết bởi các học giả Kinh Thánh đáng kính. Vì vậy việc dùng bible.org tốt hơn dùng wikipedia.com.

Vì không phải lúc nào bạn cũng có thể tin tưởng thông tin lấy từ trang mạng, nên dưới đây là vài câu hỏi cần đặt ra khi nỗ lực phân biệt giữa thông tin đáng tin và không đáng tin.

- Có thể xác định được tác giả không?
- Điều gì khiến tác giả trở thành chuyên gia (hoặc ít ra là nguồn đáng tin cậy)?
- Tác giả có thuộc một tổ chức có uy tín không?
- Thông tin có bị thiên lệch không? Có gượng ép một quan điểm cụ thể nào không?
- Trang mạng có nhắm đến một đối tượng riêng biệt nào không?
- Nếu bàn đến một vấn đề, tài liệu có trình bày cả hai phương diện không?
- Bạn có thể chứng minh những lời khẳng định hay tuyên bố dựa trên sự thật từ các nguồn tài liệu khác không?

Cách bạn sử dụng nguồn tài liệu cũng quan trọng. Ở cấp độ Cử nhân, có thể bạn chỉ cần trích dẫn mà không phản biện. Tuy nhiên, ở cấp độ Thạc sĩ và Tiến sĩ, bạn không thể chỉ trích dẫn và xác nhận chúng. Bạn phải nắm vững nguồn tài liệu của mình, tương tác với chúng trong tinh thần phản biện. Ở mọi cấp độ, *tương tác* với nguồn tài liệu là điều quan trọng. Đừng chỉ trích dẫn – hãy bàn luận, giải thích và đánh giá chúng. Đừng chấp nhận mọi điều bạn đọc. Hãy quyết định bạn có đồng quan điểm với tác giả không, và tại sao.

Đừng lạm dụng một nguồn tài liệu duy nhất. Đây là sai lầm thường gặp. Các sinh viên tìm một nguồn tài liệu tốt và trích dẫn như thể đó là lời duy nhất và cuối cùng về đề tài. Ngay cả những nhà chuyên môn cũng có các quan điểm khác nhau về các đề tài. Khi có thể, hãy cố gắng tương tác với nhiều nguồn khác nhau, đặc biệt những nguồn nêu lên các quan điểm khác. Ví dụ: nếu quan điểm tín lý của bạn là Ân Tứ, đừng chỉ sử dụng những tác giả có cùng niềm tin với bạn.

Bạn nên trích dẫn bao nhiêu nguồn tài liệu? Không có quy định cứng nhắc nào. Quy định chung là một tác phẩm cho một trang; do đó một bài viết 5 trang thì có ít nhất năm mục trong danh mục tài liệu, một luận án tiến sĩ 200 trang thì ít nhất 200 tài liệu. Nguyên tắc này phù hợp cho bài viết dài; còn bài viết ngắn thì bạn nên cố gắng mỗi trang hơn một tác phẩm.

Hai điều quan trọng nhất cần nhớ trong việc dùng tài liệu là (a) dùng các tài liệu có tính học thuật, chính xác và (b) tương tác với tài liệu thay vì chỉ xác nhận. Sau khi bạn hiểu vấn đề và tìm thông tin thích hợp, mọi thứ còn lại là viết bài.

Viết Bài Luận

Mỗi bài luận cần có ba phần – nhập đề, thân bài và kết luận. Người ta có thể cho rằng nhập đề và kết luận là các phần quan trọng nhất của bài viết. Introductions and Conclusions khẳng định rõ giá trị của những phần này:

> Phần nhập đề và kết luận cho phép người viết nêu lên mục đích và ý nghĩa tổng quát của bài luận. Nói chung, phần nhập đề khẳng định mục đích, còn phần kết luận xác định việc hoàn thành bài luận. Cả hai tạo thành khung cho bài viết của bạn, tạo cơ hội thuyết phục độc giả của bạn về giá trị của nó từ đầu đến cuối.[3]

Thân bài là trọng tâm của bài luận mà trong đó bạn triển khai và bảo vệ ý kiến của mình. Để đạt những mục tiêu này, bạn cần có cấu trúc, sự thống nhất và lập luận. Chúng ta hãy lần lượt xem xét từng phần của bài luận.

Phần nhập đề

Trong hầu hết các bài viết, nhập đề là "lời tuyên bố ngắn gọn ở đầu bài luận, cho thấy bạn hiểu vấn đề như thế nào và cách bạn

---

3. "Introduction and Conclusion", *Princeton Writing Program*, cập nhật 2001, truy cập vào 10-05-2008, http://web.princeton.edu, 1

dự định trả lời".[4] Về độ dài, nhập đề không nên dài hơn 10 phần trăm bài luận; thường là từ một đoạn văn đến một trang.

Mặc dù không có công thức chuẩn cho phần nhập đề, nhưng nó phải đạt được vài mục tiêu cơ bản. Để đạt được những mục tiêu này, bạn cần:

- *Nêu rõ mục đích (vấn đề) của bài luận.* Mục đích của bài luận là trả lời một câu hỏi cụ thể, tức là giải quyết một vấn đề. Nhập đề của bạn phải nói rõ vấn đề và/hoặc mục đích.

- *Giới thiệu đề tài và giới hạn của bài luận.* Bạn phải giới thiệu chủ đề của bài luận và cho biết bạn sẽ bàn luận những khía cạnh nào của chủ đề, và những khía cạnh nào nằm ngoài phạm vi bài luận.

- *Trình bày luận đề chính của bạn về đề tài.* Lời khẳng định chính (luận đề) đem đến sự hợp nhất cho một bài luận được sắp xếp cẩn thận. Trong một hay hai câu, bạn phải nêu được ý chính (lời khẳng định chính) mà bạn sẽ cố gắng chứng minh trong bài luận.

- *Khái quát lập luận (cấu trúc) của bài luận.* Hãy báo trước cho người đọc điểm chính trong lập luận, tức là cách sắp xếp bài luận, cách thể hiện dòng tư tưởng.

Sau khi đọc phần nhập đề của bạn, người đọc phải khẳng định được chủ đề của bài luận (bao gồm những giới hạn), lời khẳng định chính, và cách bài luận dẫn dắt đến lời khẳng định đó.

Kết luận

Phần kết luận phải đưa bài luận đi đến một kết thúc thích hợp. "Mục đích là làm cho người đọc cảm thấy lập luận đã hoàn

---

toàn đạt được mục tiêu bạn đề ra trong phần nhập đề".[5] Bạn làm điều này bằng hai kỹ thuật chính, đó là *xem lại và tóm tắt*. Bạn thường bắt đầu bằng cách xem lại mục đích (và vấn đề) cũng như luận đề (lời khẳng định chính) mà bạn đưa ra trong phần nhập đề. Sau khi xem lại mục đích và luận đề, bạn nên tóm tắt lập luận và nêu rõ các kết luận.

Giống như nhập đề, phần kết luận không vượt quá 10 phần trăm bài luận, thường là từ một đoạn văn đến một trang. Pretorius đưa ra ba mẹo nhỏ cho phần kết luận:[6]

- Đừng giới thiệu ý tưởng mới!
- Đừng trích dẫn trực tiếp;
- Đừng giải thích chi tiết.

Để phần kết luận của bài luận không tạo cảm giác lặp lại tẻ nhạt, Introductions and Conclusions[7] gợi ý vài điều bạn có thể làm để tạo sự hấp dẫn cho bài luận. Tuy nhiên, những mẹo này chỉ áp dụng cho các bài luận ở cấp độ cao:

- Chỉ ra rằng ý chính trong bài khớp với lĩnh vực nghiên cứu rộng hơn như thế nào;
- Giải thích những hàm ý của bài nghiên cứu và lập luận của bạn;
- Đưa ra đề nghị nghiên cứu các đề tài có liên quan trong tương lai.

Phần nhập đề và kết luận vô cùng quan trọng đối với bài luận đến mức chỉ cần đọc phần đầu và phần cuối, người đọc có thể đưa ra tổng quan chính xác về toàn bộ bài luận. Vì vậy, đừng viết cách cẩu thả. Hãy dành thời gian viết để bảo đảm phần nhập đề và kết luận bao gồm tất cả thông tin cần thiết.

---

5. "Introductions and Conclusions", 3.
6. Pretorius, "How to write a good assignment"
7. "Introductions and Conclusions", 3-4

Thân Bài

Thân bài là phần chính của bài viết. Nó phải chiếm 80-90 phần trăm bài viết. Trong phần thân, bạn phải triển khai lập luận chính của mình, dùng lý lẽ và luận cứ để chứng minh ý chính. Trong phần này, chúng tôi sẽ bàn đến ba đặc điểm thiết yếu của phần thân bài:

- Cấu trúc
- Sự thống nhất
- Lập luận

Cấu trúc. Thân bài cần có cấu trúc đơn giản, rõ ràng. Thường là cấu trúc tiêu đề một cấp. Trong vài trường hợp, lời hướng dẫn bài viết cho bạn các tiêu đề. Ví dụ, bài viết về điều bạn học được từ tội lỗi của Đa-vít được ghi lại trong 1 Sa-mu-ên 11-12 và Thi Thiên 32 và 51 có thể yêu cầu bạn dùng nguyên nhân, nhân vật, hậu quả và phương pháp chữa trị làm tiêu đề. Nếu lời hướng dẫn không cung cấp dàn ý, bạn phải phát triển một nhóm các tiêu đề đơn giản nêu bật các phần chính và ý chính.

Sự thống nhất. "Trên hết tất cả, bài viết học thuật là một bài tập tuyên bố, triển khai và bảo vệ một ý kiến ... (hoặc có lẽ một hệ thống tư tưởng có liên quan chặt chẽ với nhau)".[8] Ý chính (hay tập hợp các ý tưởng) của bài viết, thường được gọi là luận đề, được trình bày trong phần mở đầu và được triển khai ở phần thân bài. Việc toàn bộ bài luận *triển khai* ý chính đem lại cho bài viết sự thống nhất và mạch lạc. Bạn phải liên tục cắt bỏ mọi điều không giúp phát triển luận đề của mình.

Lập luận. Thân bài không chỉ phát triển ý chính, mà còn triển khai *một cách hợp lý.* Trong bài viết học thuật, sự phát triển hợp lý ý chính được gọi là "lập luận". Developing an Argument giải thích:

---

8. "Developing a Central Idea or 'thesis'" *Princeton Writing Program,* cập nhật 2001, truy cập ngày 10-05-2008, http://web.princeton.edu, 1.

Một bài luận học thuật là bài tập về triển khai và bảo vệ ý kiến....Việc phân tích và giải thích lời khẳng định của bạn được gọi là lập luận. Trong thực tế, lập luận của bài luận là câu trả lời cho câu hỏi 'Tại sao ý chính hay luận đề của bài viết này có giá trị hoặc đáng tin cậy?'.[9]

Bài luận được viết nhằm trả lời cho một câu hỏi thường có hai phần chính, *điều gì* và *tại sao*. *Điều gì* mô tả câu trả lời của bạn. *Tại sao* cung cấp lý lẽ đưa đến câu trả lời đó. Các lý lẽ của bạn phải có sức thuyết phục. "Đối với mỗi bước khi bảo vệ lý lẽ, bạn sẽ cần cung cấp đầy đủ *bằng chứng* và *phân tích* bằng chứng đó".[10]

Nhiều bài luận không phù hợp với kiểu một ý chính được trình bày trong phần nhập đề, rồi theo sau là một luận cứ mở rộng (một chuỗi lý lẽ) để chứng minh lời khẳng định. Lẽ ra các bài luận này cần đan kết theo mô hình một ý tưởng – một lý lẽ (cái gì - tại sao) xuyên suốt bài viết. Mỗi phần hoặc phần phụ bắt đầu bằng một ý tưởng (lời khẳng định); phần còn lại trong mục đó triển khai ý tưởng bằng những lý lẽ hợp lý (bằng chứng và phân tích). Trở lại với bài luận mẫu về tội lỗi của Đa-vít, phần nói về nguyên nhân có thể trình bày bốn nguyên nhân. Mỗi nguyên nhân tương ứng với một lời tuyên bố hoặc ý kiến. Mỗi nguyên nhân cần được biện luận (tức là tác giả phải đưa ra bằng chứng trong Kinh thánh để chứng minh nguyên nhân được cho là góp phần dẫn đến việc ông phạm tội).

Tóm Tắt

Trong suốt hoạt động học thuật của bạn, ngay cả khi bạn chỉ học Cử nhân ba năm, bạn cũng sẽ viết rất nhiều bài viết. Những bài viết này ảnh hưởng lớn đến điểm số của bạn. Nắm rõ các nguyên tắc cơ bản về cách viết bài sẽ giúp bạn có khả năng đạt điểm cao. Nó cũng giúp bạn tiết kiệm rất nhiều thời gian và tiền

---

9. "Developing an Argument", 1
10. "Developing an Argument", 2

bạc khi phải làm lại bài. Điều thiết yếu đầu tiên là phải lên kế hoạch cho bài luận trước khi bạn bắt đầu viết. Cụ thể, bạn phải chắc chắn rằng bạn hiểu chính xác đề bài. Khi viết, bạn phải bảo đảm rằng phần nhập đề nêu rõ mục đích và luận đề của bài viết. Trong phần thân bài, hãy kiểm tra tính thống nhất, bền vững và thuyết phục của các lập luận bạn đưa ra. Phần kết luận phải đưa bài luận đến một kết thúc rõ ràng và dứt khoát.

Chương 2

Văn Phong Học Thuật

Mục tiêu của bài viết học thuật là rõ ràng và chính xác cách khoa học. Bạn phải nói *chính xác* điều bạn muốn nói, không để cho người đọc hiểu sai. Điều này đòi hỏi văn phong của bạn phải có hai đặc điểm – *đơn giản* và *cụ thể*.

Đối với phần đông, kỹ năng viết bài mang tính học thuật tốt không đến cách tự nhiên. Kỹ năng này được hình thành qua quá trình rèn luyện bằng cả một quá trình khổ luyện của việc viết đi viết lại cho đến khi hoàn thành một bài viết có sự biện luận chặt chẽ, rõ ràng và mang tính thuyết phục. Cách tốt nhất để cải thiện kỹ năng là phải viết - luyện tập mang lại tiến bộ! Cách hay thứ hai là hãy đọc và học hỏi từ những tác giả tài năng. Mục tiêu của chúng tôi trong chương này đơn giản là giới thiệu một số bí quyết quan trọng nhất và cảnh báo những cạm bẫy mà các tác giả thiếu kinh nghiệm thường gặp.

Vài Suy Nghĩ Về Cấu Trúc

Cấu trúc là chìa khóa dẫn đến sự rõ ràng. Một tài liệu được sắp xếp kỹ lưỡng dẫn dắt dòng suy nghĩ của tác giả theo từng mức độ, giúp người đọc dễ theo dõi hơn so với việc họ phải đoán xem tác giả đang đi đâu và các ý tưởng trong tài liệu liên hệ với nhau như thế nào. Điều này đặc biệt đúng trong văn phong học thuật - nội dung thường mang tính chuyên môn và mối liên hệ giữa các ý chính thường phức tạp. Để giúp độc giả theo dõi lập luận của mình, những tác giả học thuật tài năng thường dùng nhiều kỹ thuật:

- Bộ ba
- Tiêu đề
- Bắc cầu và tóm tắt
- Footnotes (dẫn liệu cuối trang)

Thoạt đầu, nắm rõ những kỹ thuật này dường như là một đòi hỏi cao, nhưng với một chút luyện tập thì cuối cùng chúng sẽ trở thành thói quen. Chúng ta hãy nghiên cứu ngắn gọn từng kỹ thuật có thể giúp bạn như thế nào trong việc sắp xếp bài viết để đạt sự rõ ràng tối đa.

Bộ Ba

Ở mỗi mức độ, từ tổng thể một bài luận văn cho đến một đoạn văn đơn lẻ, bạn nên dùng *bộ ba* để bài viết có cấu trúc rõ ràng. Ý tưởng đơn giản của bộ ba là từng đơn vị của bài viết phải có ba phần: nhập đề, thân bài, và kết luận. Sự thống nhất và diễn tiến của bài phải cho thấy một hành trình xuyên suốt từ nhập đề đến kết luận.

Bộ ba áp dụng cho mọi mức độ. Ở mức độ rộng nhất, một bài luận văn phải bao gồm phần nhập đề - trình bày vấn đề cần nghiên cứu và kế hoạch nghiên cứu, phần thân bài - phân tích một cách hệ thống các dữ liệu liên quan đến vấn đề, và phần kết luận - tóm tắt những điều khám phá được. Mỗi chương của luận văn cần có phần giới thiệu nêu rõ chủ đề và mục đích của chương, phần thân bài trình bày hợp lý nội dung, và phần kết luận tóm tắt những điều tìm được và chuyển ý sang chương tiếp theo. Mỗi phần trong một chương cũng cần có phần mở đầu rõ ràng, triển khai hợp lý và kết luận thích hợp. Bộ ba còn áp dụng cho từng đoạn văn. Hầu hết các đoạn văn bắt đầu với câu chủ đề giới thiệu đề tài của đoạn văn. Phần thân của đoạn văn triển khai câu luận đề. Đoạn văn thường kết thúc bằng câu tóm tắt hoặc bắc cầu. Bạn có thể áp dụng những nguyên tắc này cho bài luận, điểm sách, bài báo và mọi loại bài viết học thuật.

Bộ ba ở mức độ luận văn. Luận văn dùng cấu trúc ba phần. Chương đầu tiên là phần dẫn nhập, nêu rõ vấn đề cần nghiên cứu và các mục tiêu, mô tả kế hoạch nghiên cứu và khái quát phần còn lại của bài nghiên cứu. Phần thân của luận văn bao gồm một số chương trình bày và phân tích dữ liệu. Chương cuối cùng là phần kết luận, tóm lược những gì phát hiện được trong bài nghiên cứu và có những đề nghị thích hợp để thực thi và/ hoặc nghiên cứu thêm.

Bộ ba ở mức độ chương. Phần mở đầu chương thường từ một đến ba đoạn văn, đóng vai trò giới thiệu. Phần này có thể đặt chương đó vào mối liên hệ với các chương trước. Phần mở đầu giới thiệu chủ đề chính, tuyên bố luận đề của chương và khái quát mạch văn và cấu trúc. Phần thân của chương, thường được chia làm nhiều đoạn, trình bày lý lẽ cách mạch lạc để hỗ trợ luận đề chính. Các đoạn kết thường tóm tắt lập luận và bắc cầu sang chương tiếp theo.

Bộ ba ở mức độ phần. Mỗi phần chính của bài viết hay của chương phải có đoạn văn giới thiệu và đoạn văn kết thúc. Những đoạn văn này tạo bộ khung cho thân bài, giới thiệu chủ đề và tóm tắt (các) ý chính. Dĩ nhiên, phần thân trình bày và bảo vệ các ý chính.

Bộ ba ở mức độ đoạn văn. Hầu hết các đoạn văn đều có câu luận đề, thường là câu đầu tiên. Thân của đoạn văn triển khai luận đề bằng việc giải thích, minh họa, thuyết phục hay áp dụng.

Đoạn văn kết thúc bằng lời tóm tắt, kết luận hay câu chuyển ý, dù một kết thúc đúng bài bản không phải lúc nào cũng khả thi.

Bộ ba thể hiện đánh dấu hình dạng cơ bản của một bài viết. Điều này đúng ở mọi mức độ từ một đoạn văn cho đến toàn bộ quyển sách. Tuy nhiên, trong khung cơ bản này, các tiêu đề chỉ ra khung lập luận, làm cho các phần chính trở nên rõ ràng hơn. Chúng ta hãy xem xét cách dùng tiêu đề một cách đúng đắn.

Tiêu đề

Nếu được sử dụng hiệu quả, tiêu đề cung cấp khung cấu trúc giúp người đọc thấy ngay tính hợp lý và mạch văn của tài liệu. Hãy lưu ý dòng chữ *nếu được sử dụng hiệu quả*. Đa số sinh viên dùng tiêu đề. Hiếm khi chúng tôi gặp một sinh viên được dạy rằng bài luận phải là một sợi dây văn bản xuyên suốt không đứt đoạn bởi các tiêu đề (nếu bạn được dạy như thế thì bây giờ là lúc quên điều đó đi). Tuy nhiên, nhiều người dùng tiêu đề *không hiệu quả*. Dưới đây là một vài hướng dẫn khi dùng tiêu đề.

Bảo đảm các tiêu đề mô tả dòng tư tưởng. Bằng cách lướt qua các tiêu đề, người đọc phải nhìn thấy sơ qua sự phân chia hợp lý đề tài của bạn và cách tài liệu được sắp xếp. Các tiêu đề tóm tắt lập luận. Để làm điều này cách hiệu quả, các tiêu đề phải mô tả nội dung chúng trình bày. Hãy xem ví dụ một bài luận về Tít bên dưới. Nhìn vào các tiêu đề, bạn có thể nói chính xác từng phần của bài luận gồm những gì và bài luận diễn tiến ra sao. Các tiêu đề mô tả và tóm tắt ngay nội dung.

Dùng cách đánh số hoặc kiểu trình bày để phân biệt các cấp tiêu đề khác nhau. Người đọc nhìn sơ qua phải nhận ra được các cấp tiêu đề. Có hai cách giúp họ. Thứ nhất, dùng phông chữ và kiểu đoạn văn khác cho các cấp khác nhau. Ví dụ, cấp một có thể để chữ đậm, canh giữa trang, cỡ chữ 14, còn cấp hai thì chữ nghiêng, canh lề trái, cỡ chữ 12. Thứ nhì, bạn có thể đánh số tiêu đề. Ví dụ dưới đây kết hợp kiểu trình bày và đánh số:

1. Bối cảnh của Tít

1.1 *Tác giả của sách*

1.2 *Nội dung của sách*

1.3 *Cấu trúc của sách*

2. Các chủ đề của Tít

2.1 *Bổ nhiệm trưởng lão*

2.2 *Dạy tín lý đúng đắn*

2.3 *Làm cho giáo sư giả nín lặng*

Bằng cách dùng cả *hai* cách đánh số và kiểu trình bày, bạn có thể giúp người đọc thấy ngay cấp tiêu đề.

Kiểm soát số cấp tiêu đề. Dùng quá nhiều cấp tiêu đề dễ khiến người đọc bị rối. Chúng ta dùng tiêu đề để dàn ý của lập luận được rõ ràng. Khi người đọc thấy tiêu đề được đánh số 6.2.4.2.8.3, sẽ cảm thấy rối và choáng ngợp. Một hay hai cấp tiêu đề được đánh dấu rõ ràng sẽ làm rõ mạch tư tưởng; còn dùng quá nhiều thì thành ra khó hiểu.

Bao nhiêu cấp tiêu đề thì đủ? Trong một phương diện nào đó, điều này tùy thuộc vào độ dài của bài viết. Ngoài phần tựa đề, hai cấp tiêu đề là đủ đối với hầu hết các bài viết ngắn (ví dụ: bài luận, bài báo, vân vân). Nhiều nhà xuất bản sách đặt giới hạn cho các tác giả chỉ một hay hai cấp trong một chương. Trong luận án tiến sĩ, có thể mở rộng đến ba hoặc tối đa là bốn cấp. Đừng bao giờ vượt quá bốn cấp tiêu đề.

Bảo đảm không có tiêu đề mồ côi.[1] Các tiêu đề luôn luôn đi cặp với nhau. Chúng chia các phần thành các phần nhỏ hơn. Việc chỉ có một tiêu đề giống như cố gắng cắt chiếc bánh ngọt thành một miếng. Các tiêu đề của bạn chia bản văn thành hai phần hoặc nhiều hơn nữa. Do đó, bạn không thể chỉ có một tiêu đề ở một cấp cụ thể. Đừng làm như trong ví dụ sau:

1. Bối cảnh của sách Tít

    1.1. Tác giả của sách

    1.2. Nội dung của sách

    1.3. Cấu trúc của sách

2. Vai trò của Tít

    2.1. Tít là mục sư lâm thời

3. Các chủ đề của Tít

    3.1. Bổ nhiệm trưởng lão

    3.2. Dạy giáo lý đúng đắn

    3.3. Làm cho giáo sư giả yên lặng

Trong dàn ý này, phần 2.1 là tiêu đề mồ côi. Tác giả nên xóa bỏ tiêu đề đó hoặc phải thêm vào phần tương ứng 2.2

Bắc cầu và tóm tắt

Trong nhiều trường hợp, bài viết học thuật đòi hỏi cách lập luận hợp lý phức tạp và dài dòng. Các kỹ thuật bắc cầu (còn được gọi là phụ thuộc hay chuyển tiếp) và tóm tắt giúp người đọc theo dõi lập luận. Những kỹ thuật này có liên hệ chặt chẽ với nhau đến nỗi cách tốt nhất là sử dụng chúng như một bộ phận riêng lẻ của một bài viết hay.

---

1. Ở đây chúng ta đang đề cập đến trường hợp một tiêu đề đứng riêng lẻ không có tiêu đề cùng cấp đi chung. Có một loại tiêu đề mồ côi nữa, là tiêu đề nằm riêng lẻ ở cuối trang, phân cách với phần nội dung theo sau nó. Bạn cần tránh cả hai loại tiêu đề mồ côi này.

Bắc cầu chỉ về việc xây dựng mối liên hệ giữa hai phần của lập luận. Các câu hay đoạn chuyển tiếp có chức năng giống như cây cầu, bảo đảm sự chuyển ý trôi chảy từ phần này sang phần kia. Một tên gọi khác là câu bản lề, khi so sánh chức năng của những cầu nối này với cách bản lề nối cánh cửa với khung cửa.

Bạn cần bắc cầu mỗi khi kết thúc phần lập luận này và chuyển sang một khía cạnh mới. Điều này có nghĩa là tối thiểu bạn cần những câu bắc cầu giữa các phần chính của bài luận. Đoạn văn cuối của chương này và đoạn văn đầu của chương mới thường là những đoạn văn bắc cầu, cho thấy hai chương liên hệ với nhau hợp lý ra sao, mạch văn hợp lý của sách hoặc của luận án được triển khai suốt hai chương như thế nào.

Tóm tắt tạo thành phần chính của cầu nối. Khi viết một đoạn văn bắc cầu, bước hợp lý để bàn về chủ đề là bạn bắt đầu bằng một tóm tắt ngắn gọn lập luận trước đó và sau đó chỉ ra phần kế tiếp sẽ được trình bày như thế nào. Các đoạn văn mở đầu của một quyển sách hay luận văn thường minh họa rõ nguyên tắc này. Chúng trình bày một đánh giá ngắn gọn về lập luận trong (các) chương trước, sau đó nêu lên dòng tư tưởng trong chương tiếp theo một cách hợp lý hướng đến chủ đề như thế nào.

Sinh viên thường quên làm rõ các liên kết giữa những ý tưởng của họ. Họ sống với và suy nghĩ về đề tài nghiên cứu trong một thời gian dài. Trong trí của họ, tính liên kết giữa các chi tiết khác nhau là điều hiển nhiên. Họ quên rằng độc giả của mình có thể không suy nghĩ sâu sắc về chủ đề đó, vì vậy đối với các độc giả, mối liên hệ giữa các ý có thể không rõ ràng. Đừng để độc giả của mình phỏng đoán các liên kết; hãy nói ra.

Thường xuyên dừng lại để tóm tắt lập luận của bạn, và thu hút sự chú ý của độc giả vào các liên kết hợp lý giữa điều bạn vừa nói và điều bạn sắp nói sẽ giúp họ theo dõi dòng tư tưởng của bạn.

Lập luận càng dài dòng và phức tạp thì việc sử dụng các kỹ thuật tóm tắt và bắc cầu càng quan trọng để bảo đảm dòng tư tưởng được rõ ràng.

Footnotes (Dẫn liệu cuối trang)

Footnotes đóng vai trò gì trong bài viết học thuật? Câu trả lời sẽ thay đổi tùy thuộc hai điều: (a) hệ thống tham khảo bạn sử dụng và (b) quan điểm của giáo sư, giáo sư hướng dẫn hay nhà xuất bản. Trước khi chúng tôi nghiên cứu những yếu tố này ảnh hưởng đến vai trò của Footnotes như thế nào, bạn cần hiểu rằng có hai loại footnotes được dùng trong bài viết học thuật, đó là (a) dẫn liệu tham chiếu (references notes) và (b) dẫn liệu chú giải (educational notes). Dẫn liệu tham chiếu cho biết nguồn gốc của tài liệu được sử dụng, còn dẫn liệu chú giải cung cấp thêm thông tin mà tác giả không muốn đưa vào phần thân của bài viết.

Hệ thống tham khảo tác giả-năm (author-date) không dùng footnote để đưa dẫn liệu tham chiếu vào. Trong hệ thống tham khảo tác giả-năm được giới thiệu trong sách này (xem chương 3), bạn không dùng footnotes để trích dẫn nguồn tài liệu. Thay vào đó, tên tác giả, năm xuất bản và số trang được đặt trong dấu ngoặc đơn. Như vậy, bài viết dùng phương pháp tham khảo tác giả-năm ít sử dụng footnotes hơn các bài viết sử dụng hệ thống trích dẫn nguồn tài liệu cuối trang.

Giáo sư và nhà xuất bản có quan điểm khác nhau về việc dùng dẫn liệu chú giải. Ở một thái cực, một số người nghiêm cấm dùng dẫn liệu chú giải – nếu có điều gì đáng nói, thì điều đó đáng đưa vào thân bài. Những người đứng trên thái cực ngược lại cho rằng kiến thức uyên bác thật sự nằm trong phần chú giải. Những người này khuyến khích sử dụng rộng rãi chú giải để cung cấp thông tin chuyên môn. Những người đứng ở giữa có quan điểm hợp lý hơn.

Cố gắng đưa vào phần thân bài càng nhiều càng tốt, nhưng nếu tài liệu đó có tính chất quá chuyên môn hoặc không thiết yếu đến nỗi nó sẽ chi phối dòng tư tưởng thì hãy đưa vào phần chú giải. Điều này có nghĩa là số lượng chú giải phần lớn sẽ tùy thuộc vào mức độ chuyên môn của bài viết của bạn. Bài luận năm nhất hầu như không cần chú giải, nhưng luận án tiến sĩ có thể cần nhiều.

Bộ ba, tiêu đề, bắc cầu, tóm tắt, và dẫn liệu cuối trang giúp cho bài viết của bạn có cấu trúc rõ ràng và hợp lý về mạch văn. Dùng bộ ba - cấu trúc gồm ba phần nhập đề, thân bài và kết luận - để sắp xếp bài viết của bạn ở mọi mức độ. Dùng hai hay ba cấp tiêu đề kiểu mô tả, đánh số và kiểu trình bày để tạo khung rõ ràng cho mỗi chương. Lập luận càng phức tạp, thì bạn càng cần các đoạn văn bắc cầu và tóm tắt để giúp người đọc theo dõi lập luận. Cuối cùng, nếu bạn dùng hệ thống tham khảo tác giả-năm, thì đừng dùng dẫn liệu cuối trang để ghi nhận nguồn tài liệu, trích dẫn trong bài sẽ làm điều này. Đưa tài liệu vào đoạn văn chính của bạn càng nhiều càng tốt, dành phần dẫn liệu chú giải cuối trang đối với tài liệu có thể chi phối dòng tư tưởng.

Cùng với những chỉ dẫn về cấu trúc, một số chỉ dẫn về văn phong sẽ ích lợi cho bài viết của bạn khi áp dụng chúng. Chúng ta sẽ xem xét một vài văn phong quan trọng hơn trong phần tiếp theo.

Một Vài Mẹo Nhỏ Liên Quan Đến Văn Phong

Văn phong của bài viết học thuật rất khác với bài viết hằng ngày (ví dụ như thư từ, thư điện tử, những câu chuyện). Trước đây, loại văn phong trang trọng một cách gượng ép là chuẩn mực. Ngày nay, xu hướng chung là hướng về loại văn phong ít trang trọng hơn. Dưới đây là một số điều nên làm và không nên làm trong bài viết học thuật. Hãy xem chúng như những hướng dẫn tổng quát chứ không phải những nguyên tắc bất di bất dịch.

Giữ cho bài viết rõ ràng, súc tích và cụ thể. Bài viết trang trọng thường có những câu dài, những cụm giới từ hay mệnh đề tính từ chồng chất lên nhau. Cách viết này đã lỗi thời. Theo cách hiện đại, hãy giữ cho câu văn của bạn ngắn gọn và đơn giản – danh từ cụ thể và động từ hành động được dùng nhiều hơn. Hãy cố gắng hết sức sao cho bài viết của bạn gần gũi với độc giả. Hãy đặt mục tiêu bài viết càng rõ ràng và súc tích càng tốt. Các tác giả bậc thầy có thể diễn đạt tốt nhất khi dùng những từ đơn giản và ngắn gọn nhất.

Viết theo lối giản dị, tinh tế. Điều bạn viết không phải là lời đúc kết về vấn đề đó. Vì vậy, hãy thận trọng với những lời khẳng định và dùng giọng văn mang tính thăm dò. Bài viết của bạn phải bày tỏ thái độ khiêm tốn, cởi mở và chịu học hỏi. Đừng đưa những lời khẳng định táo bạo. Tránh những điều tổng quát chung chung. Những lý lẽ tinh tế, khiêm tốn là loại lý lẽ thuyết phục nhất.

Hạn chế dùng ngôi thứ nhất số ít là điều có thể chấp nhận. Việc dùng chữ "Tôi" trong bài viết học thuật từng bị ngăn cấm. Người viết được dạy phải dùng những cụm từ gượng ép như "tác giả" hay "người nghiên cứu" thay cho chữ "Tôi". Ngày nay, "Tôi" thỉnh thoảng vẫn được chấp nhận, miễn là bạn đừng lạm dụng. Tuy nhiên, đừng dùng "chúng ta" nếu bạn là tác giả duy nhất của bài viết.

Tránh sự tổng quát hóa và những câu nói không chính xác. Đừng dùng những từ như là "tất cả", "luôn luôn", "không ai", "không bao giờ", ... nếu bạn không thật sự muốn nói như vậy. Ví dụ, đừng nói "mọi học giả đồng ý rằng..." trừ khi bạn biết không có một tiếng nói bất đồng nào. Hãy cụ thể. Nói chính xác điều bạn muốn nói. Nếu bạn nói 'hầu hết các chuyên gia...' thì hãy kể vài người trong số họ trong câu trích dẫn. Đừng nói "khoảng 80 phần trăm" nếu bạn chỉ muốn nói "77 phần trăm". Hãy chính xác.

Thận trọng với việc lạm dụng dấu liệt kê. Việc dùng dấu liệt kê (hoặc đánh số) khi bạn muốn ghi nhiều ý thành từng mục là điều hợp lý. Tuy nhiên, hãy thận trọng với việc lạm dụng chúng. Sinh viên thường dùng ký hiệu liệt kê như những câu không hoàn chỉnh. Kết quả là họ trình bày những suy nghĩ chưa chín chắn, không rõ ràng. Dấu liệt kê trở thành vật chống đỡ, thành mặt nạ cho suy nghĩ mơ hồ và cách viết biếng nhác của người viết. Bất cứ khi nào có thể, hãy viết các ý của bạn trong một đoạn liên tục. Khi bạn dùng dấu liệt kê, phải bảo đảm chúng diễn tả ý nghĩ rõ ràng và hoàn chỉnh.

Dùng thể chủ động nhiều hơn bị động. Bài viết học thuật thỉnh thoảng nên dùng thể bị động, nhưng một số rơi vào bẫy sử dụng thể bị động quá nhiều. Điều này khiến cho văn phong trở nên khô khan thiếu sức sống. Bất cứ khi nào có thể, hãy viết câu ở thể chủ động. Cố gắng dùng thể chủ động ít nhất 80 phần trăm số câu.[2]

Trang Trọng	Chuẩn	Khẩu ngữ	Tiếng lóng
tột đỉnh	xuất sắc	siêu đẳng	tuyệt cú mèo
khiêu khích	kích động	gây hấn	chọc giận
mất kiểm soát	mất lý trí	điên	dở hơi

Bảng 1: Từ văn phong trang trọng đến tiếng lóng

Tránh những câu sáo rỗng hay cụm từ thông tục. Việc bỏ cách viết trang trọng quá mức trong bài viết học thuật không có nghĩa là chấp nhận tiếng lóng hay ngôn ngữ sáo rỗng. Vyhmeister[3] liệt

---

2. BT: Cần lưu ý trong văn phong tiếng Việt, người viết phải tránh dùng thể bị động. Thể bị động phải được dùng một cách cẩn trọng.

3. Nancy Jean Vyhmeister, *Quality Research Papers for Students of Religion and Theology* (Grand Rapids, MI: Zondervan, 2001), 92. Theo quan điểm của chúng tôi,

kê bốn cấp độ tiếng Anh (xem Bảng 1) và đề nghị bài viết học thuật thuộc phân loại "chuẩn".

Đối với sinh viên thần học, cạm bẫy lớn ở đây là phải dùng đến văn phong thuyết giảng. Đừng giảng trong bài nghiên cứu. Những cách diễn đạt như "Ha-lê-lu-gia", "xin Amen với tôi" hoặc "Lạy Chúa, xin hãy đến" phù hợp trong nhà thờ, không phải trong bài luận.

Đừng dùng chữ viết tắt trong bài. Hãy hạn chế viết tắt cho các tài liệu trong phần giải thích hay trong ghi chú cuối trang. Trong phần thân bài, hãy viết đầy đủ những từ như "phần trăm" (đừng viết %), "ví dụ" (đừng viết vd.). Cũng hãy viết đầy đủ tên các sách trong Kinh thánh, chỉ viết tắt cho phần ghi chú tham khảo thêm.

Cách trình bày là khía cạnh quan trọng thứ ba của bài viết học thuật. Cách bạn trình bày bài luận có thể làm cho bài luận mang tính chuyên nghiệp hay nghiệp dư.

Lời Khuyên Chung Về Cách Trình Bày

Ấn tượng đầu tiên của người đọc về bài viết của bạn là cách trình bày. Bài viết có giống bài luận học thuật không? Bài viết có cho thấy tác giả biết cách viết bài không? Trong trường hợp bài tập, người đọc là người đánh giá bạn. Chúng tôi đoán rằng ảnh hưởng của ấn tượng đầu tiên có thể chiếm đến 10 phần trăm điểm số cuối cùng, vì thông điệp nó gửi đến ngay trước mắt là "Đây là một sinh viên nghiêm túc và chăm chỉ". Vấn đề này quan trọng đến nỗi chúng tôi sẽ dành hẳn một chương để thảo luận trong phần sau, nhưng dưới đây là một vài chỉ dẫn mở đầu.

đây là sách hướng dẫn tổng quát thực tiễn nhất về bài viết và nghiên cứu thần học. Chúng tôi khuyến khích bạn dùng quyển sách đó song song với quyển này.

Những yêu cầu về định dạng bài viết có sự khác nhau theo từng quốc gia và học viện. Hầu hết các học viện đều có bản mô tả những yêu cầu về định dạng. Tất cả những gì chúng tôi đưa ra ở đây là những chỉ dẫn tổng quát trong việc định dạng một bài viết. Bạn nên điều chỉnh những hướng dẫn này cho phù hợp với các yêu cầu của học viện và/hoặc giáo sư của bạn.

Khổ giấy và lề giấy. Ở Nam Phi, khổ giấy chuẩn là A4, trong khi khổ Letter lại là chuẩn ở Hoa Kỳ. Có lẽ bạn sẽ dùng một trong hai khổ giấy này. Đối với bài nghiên cứu không cần đóng gáy, bạn nên chừa lề giữa 2,5 và 3,0cm cho tất cả các biên giữa lề trang giấy và phần văn bản (khoảng 1,0 đến 1,25inches). Đối với luận văn và luận án cần phải *đóng gáy* dọc lề trái, vì vậy hãy chừa lề trái thêm 1cm. Headers và footers (đầu trang và chân trang) phải ở khoảng giữa lề trang giấy và phần khung ranh giới của văn bản.

Fonts (định dạng chữ), line spacing (khoảng cách dòng) và line height (độ cao dòng). Ở Nam Phi, cỡ chữ 12 và khoảng cách dòng 1,5 là tiêu chuẩn. Ở Hoa Kỳ, người ta thích khoảng cách dòng đôi hơn (double spacing). Trong phần footnotes, giảm cỡ chữ xuống 10. Trong khi kiểu chữ Times New Roman hay Arial thường được dùng nhiều hơn trong các trường. Hãy tìm xem yêu cầu của trường của bạn là gì.

Các bài viết thần học thường xuất hiện từ ngữ Hê-bơ-rơ hay Hy Lạp. Các bộ font chuẩn không có các ký tự cần thiết để gõ ký tự Hê-bơ-rơ hay Hy Lạp. Do đó, ngay cả khi kiểu chữ Arial hay Times New Roman được ưa thích hơn, bạn cũng cần dùng các font chuyên dùng cho ngôn ngữ Kinh thánh. Chúng tôi đề nghị định dạng Unicode. Đối với tiếng Hê-bơ-rơ, chúng tôi đề nghị SBL Hebrew hoặc Ezra SIL; đối với Hy Lạp, BibliaLS hay Arial Unicode MS.

Một vấn đề bạn sẽ gặp phải khi dùng những kiểu chữ này là chúng "cao hơn" hầu hết các kiểu chữ thông thường. Điều này dẫn đến việc nếu bạn đặt khoảng cách dòng là 1,5 thì những hàng có ký tự Hê-bơ-rơ hay Hy Lạp sẽ cao hơn những hàng không có các ký tự này. Ví dụ dưới đây minh họa cho ý này, dùng font Arial cho ký tự Anh ngữ và Ezra SIL cho bản văn tiếng Hê-bơ-rơ.

> Military terminology pervades the psalm.[4] The superscription presents David 'fleeing' (בָּרַח, v.1) from Saul. בָּרַח is a distinctly military term[5], in the Hiphil meaning 'put to flig ht, cause to flee' (6 times in Masoretic Text) and 'flee' in the Qal. It occurs three times in the Psalter, once in the superscription of Psalm 57 in the identical Phrase בְּבָרְחוֹ מִפְּנֵי־שָׁאוּל ('when he fled from the presence of Saul') to Psalm 3:1.

Như bạn thấy, các dòng có ký tự Hê-bơ-rơ cao hơn những dòng không có. Bài viết trông luộm thuộm. Để giải quyết vấn đề, đừng đặt khoảng cách dòng 1,5. Điều này thay đổi tùy theo kiểu chữ. Thay vào đó, hãy đặt khoảng cách dòng là exactly. Vào phần định dạng đoạn văn (paragraph settings), mục line spacing, chọn 'exactly'. Rồi đánh vào giá trị tương đương khoảng cách 1,5. Đối với kiểu chữ Arial 12, thì sẽ là 'exactly 21pt'. Như vậy sẽ giữ cho các dòng có độ cao như nhau. Dưới đây là ví dụ như ở trên, nhưng bây giờ trông gọn gàng hơn nhiều:

> Military terminology pervades the psalm.[6] The superscription presents David 'fleeing' (בָּרַח, v. 1) from Saul. בָּרַח is a distinctly military term[7], in the Hiphil meaning 'put to flight, cause to flee' (6 times in Masoretic Text) and 'flee' in the Qal. It occurs three times in the Psalter, once in the superscription of Psalm 57 in the identical phrase בְּבָרְחוֹ מִפְּנֵי־שָׁאוּל ('when he fled from the presence of Saul') to Psalm 3:1.

Canh đều. Bạn nên *canh đều hai bên (full justification)* hay *canh đều lề trái (left alignment)*? Điều này tùy thuộc vào yêu cầu của trường. Mặc dù canh đều hai bên nhìn gọn gàng hơn và hầu hết các sách được xuất bản đều chuộng cách này, nhưng nhiều

---

4. Xem thêm Croft (1987), 46; Gerstenberger (1983), 53; Brettler (1993), 140.
5. Kalland (1999), 131; xem thêm Richards (1985), 282
6. Xem thêm Croft (1987), 46; Gerstenberger (1983), 53; Brettler (1993), 140.
7. Kalland (1999), 131; xem thêm Richards (1985), 282

chủng viện và trường đại học vẫn theo truyền thống xa xưa là canh đều lề trái. Chúng tôi hoàn toàn chấp nhận cả hai cách, nhưng một lần nữa, cách tốt nhất là xem trường của bạn có ghi rõ cách nào không.

Chính tả và dấu câu. Chính tả thay đổi tùy theo quốc gia. Cài đặt chương trình xử lý văn bản cho phù hợp với chuẩn theo vùng mà trường yêu cầu và dùng các hình thức một cách nhất quán. Ví dụ: nếu bạn chọn 'English UK' làm chế độ mặc định, thì bạn nên viết 'colour' thay vì 'color' từ đầu đến cuối. Nhất quán là điều quan trọng. Tuy nhiên, đừng thay đổi những lời trích dẫn trực tiếp. Cứ để 'color' nếu từ đó nằm trong câu trích dẫn.

Ở Nam Phi và British English, dấu chấm câu được đặt *bên ngoài* dấu trích dẫn (dấu ngoặc kép) trừ phi dấu chấm câu là một phần của câu trích dẫn. Trong American English, dấu chấm và dấu phẩy luôn được đặt bên trong dấu trích dẫn. Ngoài ra, khi liệt kê nhiều mục, US English đặt dấu phẩy trước mục cuối cùng, còn UK English thì không (ví dụ, "muối, ánh sáng và men" ở UK, nhưng "muối, ánh sáng, và men" ở Hoa Kỳ).

Ngay cả nếu tiếng Anh là ngôn ngữ thứ năm của bạn, thì cũng không có lý do để phạm lỗi chính tả và dấu câu trong bài luận mà công cụ kiểm tra "chính tả và ngữ pháp" trong chương trình xử lý văn bản sẽ phát hiện ra. Nói đến trung tâm mua sắm, nếu bạn gõ 'maul' thay vì 'mall', thì có thể tha thứ được vì bộ phận kiểm tra chính tả sẽ không đánh dấu lỗi sai này ('maul' là một từ tiếng Anh); ngược lại, 'maal' thì không tha thứ được. Nó cho thấy việc làm cẩu thả hoặc lười biếng vì bất kỳ công cụ kiểm tra chính tả nào cũng sẽ đánh dấu đó là lỗi.

Chúng ta sẽ quay lại đề tài định dạng trong chương 7. Trước khi làm điều đó, chúng ta cần nhìn lại khía cạnh quan trọng của bài viết học thuật, đó là ghi nhận nguồn tài liệu bạn sử dụng. Điều này quan trọng đến mức chúng tôi sẽ dành ba chương cho nó, bắt đầu bằng những đoạn trích dẫn ngay trong bài.

Tóm Tắt

Mục tiêu của bài viết học thuật là chính xác và rõ ràng. Cấu trúc là một chìa khóa dẫn đến mục tiêu này. Dùng bộ ba, tiêu đề, bắc cầu và tóm tắt cách chính xác làm gia tăng tính rõ ràng cho bài viết và giúp người đọc theo dõi lập luận của bạn. Văn phong và cách trình bày cũng quan trọng; chúng có thể giúp đỡ hoặc cản trở bài viết của bạn đạt được mục đích. Cố gắng giữ văn phong rõ ràng và đơn giản. Bảo đảm bạn định dạng đúng bài viết, sao cho bài viết thể hiện rằng "Sinh viên này biết mình đang làm gì" – điều đó có thể thêm 10 phần trăm vào điểm số cuối cùng của bạn.

Bây giờ chúng tôi nói đến khía cạnh quan trọng của bài viết học thuật – ghi nhận nguồn tài liệu bạn sử dụng. Chúng tôi sẽ dành chương 3 đến chương 6 cho đề tài này, bắt đầu bằng những câu trích dẫn trong bài.

Chương 3

Trích Dẫn
Nguồn Tài Liệu Trong Bài

Trong văn phong học thuật, ghi nhận nguồn tài liệu bạn sử dụng là điều bắt buộc. Không ghi nhận là một hình thức ăn cắp; chúng tôi gọi đó là đạo văn (xem chương 6). Chương này được dành để giải thích những điều cơ bản trong cách trích dẫn nguồn tài liệu, sử dụng hệ thống được gọi là trích dẫn nguồn tài liệu trong bài. Bạn nên nghiên cứu chương này cùng với chương về cách soạn danh mục tài liệu.[1]

Những Thuận Lợi Của
Việc Trích Dẫn Nguồn Tài Liệu Trong Bài

Phương pháp trích dẫn nguồn tài liệu chúng tôi ưa chuộng hơn được gọi là *trích dẫn trong bài* hay hệ thống *tham khảo tác giả-năm*. Trước đây, các ấn phẩm thần học dùng hệ thống tham khảo dựa trên footnotes (dẫn liệu cuối trang). Trong hệ thống cũ, hễ khi nào bạn trích dẫn hay nói đến một tài liệu, bạn sẽ thêm vào một footnote cho biết tài liệu bạn dùng. Phương pháp mới cho biết

---

1. BT: Trong chương 5, chúng tôi sẽ hướng dẫn cách trích dẫn nguồn tài liệu dựa trên hệ thống thư mục, sử dụng phong cách Turabian. Đây là phong cách trích dẫn đang được áp dụng phổ biến tại nhiều trường thần học tại châu Á cũng như trên thế giới.

nguồn tài liệu trong ngoặc đơn ngay trong bài viết. Vì vậy, nó có tên gọi là trích dẫn trong bài. Vì trích dẫn nguồn tài liệu trong bài thường bao gồm tên tác giả và năm xuất bản, nên một số người gọi nó là phương pháp tác giả-năm.

Tại sao nhiều học giả chuyển từ footnotes sang trích dẫn trong bài? Có hai lý do chính. Thứ nhất, trích dẫn trong bài ít tốn chỗ hơn footnotes. Nếu bạn đọc các bài báo học thuật có dùng footnotes, bạn thường thấy phần chú thích chiếm phân nửa tài liệu. Một bài báo 20 trang có thể có đến 100 footnotes. Cho dù chú thích chỉ có vài từ, nó cũng chiếm hết hai dòng. Trích dẫn trong bài ít tốn chỗ hơn. Thứ hai, footnotes làm đứt mạch văn hơn so với trích dẫn trong bài. Mỗi lần bạn gặp footnotes, bạn phải tạm ngừng suy nghĩ để lấy thông tin cần thiết về tài liệu ở cuối trang (chú thích cuối bài còn tệ hơn - thông tin thậm chí không ở trên cùng một trang giấy). Với cách tiết kiệm, trích dẫn nguồn tài liệu trong bài báo cho bạn thông tin cần thiết ngay khi bạn cần.

Các Yếu Tố Trong Trích Dẫn Trong Bài

Các trích dẫn nguồn tài liệu trong bài trả lời ba câu hỏi: (a) Ai? (b) Khi nào? (c) Ở đâu? Chúng cho biết bạn đang trích dẫn của *ai*, tài liệu được viết *khi nào* và câu trích dẫn của bạn có thể được tìm thấy *ở đâu* trong tài liệu. Do đó, một trích dẫn trong bài hoàn chỉnh thường có ba phần:

a. *Tác giả*: phần đầu tiên của một trích dẫn trong bài cho biết họ tên (các) tác giả. Điều này ghi nhận tức thì ý tưởng của những người mà bạn đang sử dụng. Nó cũng giúp cho người đọc xác định tài liệu đầy đủ trong danh mục tài liệu, được sắp xếp theo thứ tự bảng chữ cái theo họ tên tác giả.

b. *Năm:* năm xuất bản đứng sau tên tác giả. Điều này hỗ trợ người đọc theo hai cách. Thứ nhất, nó phân biệt các tài liệu khác nhau của cùng một tác giả. Thứ hai, nó cho biết tài liệu được trích có gần đây không; những tài liệu mới có sức thuyết phục hơn những tài liệu cũ.

c. *Số trang:* khi bạn trích dẫn hoặc nói đến những phần cụ thể của tài liệu, hãy thêm vào số trang để giúp người đọc xác định vị trí thích hợp. Nếu bạn đang nói đến cả tài liệu mà không nhắc đến phần riêng biệt nào, bạn có thể bỏ qua số trang.

Xếp ba phần chung với nhau, một trích dẫn trong bài đúng chuẩn sẽ có hình thức như sau: Wilson 2004:132. Có một khoảng cách giữa tên tác giả và năm xuất bản. Dấu hai chấm phân chia năm và số trang.[2]

Cách Đưa Trích Dẫn Nguồn Tài Liệu Vào Trong Bài

Có hai cách đưa trích dẫn nguồn tài liệu vào bài viết của bạn.

Nếu có tên tác giả trong đoạn văn, ghi năm và số trang trong ngoặc đơn hoặc là sau tên hoặc sau câu trích dẫn. Dưới đây là vài ví dụ:

Wilson (2004:132) giải thích: "Một loạt các từ nối liên kết ba Thi Thiên này với nhau."

Montgomery cho rằng "Vị trí của Thi Thiên 73 là trọng tâm thần học của Sách Thi Thiên" (1999:149).

Long và White (2006) không tìm thấy bằng chứng thuyết phục nào về chủ tâm biên soạn trong Lu-ca 9:51-19:27.

---

2. Có nhiều cách trích dẫn tác giả-năm khác nhau. Ví dụ: một số thêm dấu phẩy giữa tác giả và năm (chẳng hạn Wilson, 2004:132); một số khác thích ngăn giữa ngày tháng và số trang bằng dấu phẩy (chẳng hạn Wilson 2004, 132). Những thay đổi nhỏ này không quan trọng; điều quan trọng nhất là phải nhất quán trong cách sử dụng của bạn.

Njamini (2002:132-148) nghiên cứu nhiều nguyên nhân tiềm ẩn làm gia tăng tỷ lệ ly hôn giữa vòng các mục sư Xhosa.

Hai ví dụ đầu có lời trích dẫn trực tiếp; chúng minh họa hai vị trí, trong đó năm xuất bản và số trang được thêm vào hoặc là sau tên tác giả, hoặc là sau lời trích dẫn. Về nguyên tắc, chọn lựa đầu tiên được ưa chuộng hơn. Ví dụ thứ ba ám chỉ toàn bộ tác phẩm, vì vậy trường hợp này không cần đưa số trang vào. Mặc dù ví dụ sau cùng không có lời trích dẫn trực tiếp, nhưng số trang chỉ ra thông tin thích hợp có thể được tìm thấy ở đâu trong tác phẩm.

Nếu không có tên tác giả trong đoạn văn, hãy ghi tác giả, năm và số trang trong ngoặc đơn ở một vị trí thích hợp trong câu. Xem các ví dụ sau:

"Vẫn còn chút nghi ngờ rằng Lu-ca 9:51-19:27 mô tả hành trình mang tính văn chương hơn là một hành trình theo nghĩa đen" (Bosman 1992:94).

Phần lớn các sách chú giải (ví dụ: Williams 1984; Bond 1991; Long và Brown 1995; Mahlangu 2002; Smith and Ngi 2006) tin rằng Phao-lô đã viết Ê-phê-sô.

Ám chỉ bệnh tật trong Thi Thiên 6 "có thể là hình ảnh ẩn dụ cho sự đau khổ tâm linh hay đau đớn của quốc gia" (Mills 1999:24; ss. Jabini 2004).

Lời trích dẫn đầy đủ thường nằm sau dấu trích dẫn (ví dụ đầu tiên). Dấu chấm (hết câu) đứng sau *phần trích dẫn nguồn tài liệu*; ngoài dấu ngoặc kép đóng, không có dấu câu nào giữa lời trích và phần trích dẫn. Ví dụ ở giữa liệt kê nhiều tài liệu mà không có lời trích dẫn trực tiếp nào. Trong ví dụ cuối cùng, lời trích dẫn trực tiếp lấy từ Mills; Jabini là tài liệu thứ hai xác nhận ý tương tự.

Khi bạn dùng đoạn trích dài, hai phương pháp này cũng có thể được áp dụng. Đoạn trích có thể trông giống một trong hai ví dụ dưới đây:

Pollock (2007:198) nói rõ phương pháp như sau:

Khi đối diện với sự mơ hồ trong bản văn Hy Lạp mà người dịch không thể giữ nguyên bản dịch, thì người đó nên để chọn cách dịch phù hợp hơn trong bài, dịch và cung cấp cách dịch khác trong phần footnote.

Không phải lúc nào cũng có thể dịch từng chữ một.

> Khi đối diện với sự mơ hồ trong bản văn Hy Lạp mà người dịch
> không thể giữ nguyên bản dịch, thì người đó nên chọn cách dịch
> phù hợp hơn trong bài dịch, và cung cấp cách dịch khác trong phần
> footnote(Pollock 2007:198).

Trong mỗi ví dụ trên, tài liệu đều có tác giả, năm và, có số
trang khi cần thiết. Đôi khi tài liệu của bạn không có tất cả ba yếu
tố. Dưới đây là vài mẹo xử lý những thay đổi này.

Cách Xử Lý Những Thay Đổi Ở Các Yếu Tố Chính

Không phải mọi đoạn trích trong bài văn đều theo công thức
chuẩn về tác giả, năm và số trang. Nếu một quyển sách có sáu
người biên tập thay vì chỉ một tác giả thì sao? Bạn nên làm gì nếu
không có tên tác giả, như thường thấy trên các trang mạng? Nếu
không có năm xuất bản thì sao? Các sách điện tử thường không có
số trang; vậy bạn phải làm sao? Bạn đề cập đến một chương hay
một phần bằng cách nào?

Chúng tôi không thể xem xét từng vấn đề bạn có thể gặp phải,
nhưng chúng tôi có thể giải thích cách xử lý các vấn đề thường
gặp. Nếu bạn hiểu nguyên tắc, bạn có thể giải quyết các vấn đề
khác.

Vấn đề liên quan đến *tác giả*

Bạn sẽ gặp phải hai vấn đề trái ngược liên quan đến tác giả
của phần đoạn trích trong bài: không có tác giả và quá nhiều tác
giả.

*Nếu tác phẩm không có tác giả, hãy thay thế tác giả bằng tựa
đề. Nếu tựa đề dài, hãy rút gọn.* Ví dụ dưới đây cho thấy cách bạn
trích dẫn một bài vô danh trên Internet có tựa đề 'The doctrine of

salvation in the preaching of George Raymer'. Lưu ý tựa đề được rút gọn và có dấu phẩy sau tựa đề.

"Jesus died to atone for our sins" (The Doctrine of Salvation, 2007:3).

Để rõ ràng, bạn có thể chọn cách viết hoa tựa đề như một tiêu đề (ví dụ: The Doctrine of Salvation, 2007:3) hoặc để trong dấu ngoặc kép (chẳng hạn: "The Doctrine of Salvation", 2007:3). Như thường lệ, điều thật sự quan trọng là sự nhất quán.

Nếu tác phẩm có 3-5 tác giả, hãy liệt kê tất cả các tên trong lần trích đầu tiên; từ đó về sau, trích tên của tác giả đầu tiên, theo sau là "và cs.".

Lần trích dẫn đầu tiên: Brown, Smith, Wilkins và Rebuli 1998:14

Các trích dẫn sau: Brown và nhiều người khác 1998:29
hoặc Brown và cs. 1998:29

Nếu tác phẩm có từ 6 tác giả trở lên, hãy trích dẫn tác giả đầu tiên, theo sau là 'và cộng sự' (hay cs.).

"Nếu chúng ta từ bỏ niềm tin của mình vào giáo lý về sự sáng tạo, thì niềm tin của chúng ta vào công tác chuộc tội của Chúa Giê-xu chẳng có ý nghĩa gì" (Flanagan và cs. 2004).

Thỉnh thoảng bạn sẽ dùng các nguồn tài liệu mà *tác giả là một tổ chức*. Điều này thường xảy ra với các cơ sở chính phủ, báo cáo của tổ chức và tài liệu của học viện. Trong những trường hợp như vậy, hãy thay thế tên tác giả bằng tên của tổ chức. Nếu tên của tổ chức dài, hãy viết đầy đủ cho lần trích đầu tiên, nhưng ghi chú tên viết tắt trong dấu ngoặc vuông ngay sau nó; từ đó về sau, dùng tên viết tắt khi trích dẫn.

Lần trích dẫn đầu tiên: South African Theological Seminary [SATS] 2007:12

Các trích dẫn sau: SATS 2007:19

Nhiều sinh viên mắc lỗi khi trích dẫn *bài viết trong một quyển sách được biên tập* – họ trích dẫn tên người biên tập sách thay vì tên tác giả bài viết. Bạn nên trích dẫn tên tác giả của bài viết. Ví dụ: Wood là chủ nhiệm biên tập của ấn bản thứ ba của *The New Bible Dictionary* (1996), trong khi Dunn viết bài 'Phép Báp-têm'. Nếu bạn trích từ bài viết này:

Sai: Wood 1996:120

Đúng: Dunn 1996:120

Bạn có thể thay thế tên tác giả bằng tên người biên tập khi tài liệu không nói rõ ai viết bài đó; trong trường hợp đó, bạn có thể thay tên tác giả bằng người biên tập hoặc tựa đề. Nếu một quyển từ điển Kinh thánh được Young và Kunhiyop biên tập, nhưng không nói rõ ai là tác giả bài 'Phép Báp-têm' thì bạn có thể trích dẫn theo một trong hai cách sau:

(a) Young và Kunhiyop 2006:423

(b) Baptism, 2006:423

Khi trích dẫn theo tựa đề, dấu phẩy sẽ ngăn cách tựa đề với năm xuất bản (xem ví dụ b). Cho dù bạn chọn cách nào, phần danh mục tài liệu của bạn phải tương ứng. Dưới đây là những mục trong danh mục tài liệu tương ứng với nhau.

(a) Young LP và Kunhiyop S (bt.) 2006. *The African Bible dictionary*, 420-428.

(b) Baptism, 2006. Trong LP Young và S Kunhiyop (bt.), *The African Bible dictionary*, 420-428. ...

Những vấn đề liên quan đến *năm*

Hầu hết những vấn đề liên quan đến *năm* bắt nguồn từ phương tiện truyền thông điện tử. Các trang mạng thường không nêu rõ ngày tháng bài viết được viết hoặc xuất bản. Các sách điện tử (e-books) có thể ghi hai ngày, đó là ngày ấn bản in được xuất bản và ngày của ấn bản điện tử; bạn nên trích dẫn ngày nào? Nội dung bài viết trực tuyến có thể thường xuyên thay đổi (ví dụ Wikipedia), vì vậy, ngày tháng chính xác mà bạn truy cập trở thành yếu tố quyết định. Khi dùng các ví dụ bên dưới như lời chỉ dẫn, bạn có thể tìm ra cách giải quyết đa số các trường hợp.

Nếu tài liệu không cho biết năm được viết hay được xuất bản, bạn có thể viết tắt 'kn.' nghĩa là 'không có năm (no date)'. Đây là cách truyền thống khi nói đến những quyển sách không có năm xuất bản.

Ví dụ về 'không năm': Tucker kn.:249

Nếu một sách điện tử cung cấp thông tin xuất bản cho bản in và bản điện tử, hãy dùng năm của bản điện tử. Trích dẫn bản bạn đang dùng, tức là bản điện tử. Ví dụ: ấn bản Logos của quyển *Be Holy* của Warren Wiersbe cho biết bản in được xuất bản năm 1994, còn bản điện tử năm 1996. Hình thức trích dẫn đúng là:

Đúng: Wiersbe 1996:31 (năm của bản điện tử)

Sai: Wiersbe 1994:31 (năm của bản in)

Nếu trang mạng không cho biết ngày tháng tài liệu được viết ra hoặc tải lên, bạn có thể trích dẫn theo ngày tháng bạn truy cập. Đây không phải điều lý tưởng, nhưng vẫn tốt hơn là trích dẫn 'no date'. Nếu bạn truy cập một tài liệu trực tuyến không có ngày tháng vào ngày 14 tháng Một năm 2006, bạn nên ghi trong bài văn là 2006.

Bạn xác định năm xuất bản ở đâu trong quyển sách? Thường là trang bên trái sau trang tựa đề.[3] Nếu bạn nhìn vào trang này trong quyển *How to Succeed at Your Master's and Doctoral Studies* của Johann Mouton, đây là điều bạn sẽ thấy:

Published by Van Schaik Publishers

1064 Arcadia Street, Hatfield, Pretoria

All rights reserved. Copyright © 2001

First edition 2001 (Ấn bản lần thứ nhất 2001)

---

3. BT: Trong một số sách tiếng Việt, bạn phải tìm thông tin này tại mục số đăng ký kế hoạch xuất bản, có thể nằm ở trang cuối hoặc trang bên trái sau trang tựa đề.

Second impression 2001 (Tái bản lần hai 2001)

Third impression 2002 (Tái bản lần ba 2002)

Fourth impression 2003 (Tái bản lần bốn 2003)

Bạn nên ghi năm nào? Năm xuất bản là năm có bản quyền hoặc năm phát hành, trong trường hợp này là 2001. Các năm khác chỉ là năm in lại. Nếu sách đã qua nhiều phiên bản, bạn có thể thấy như sau:

First edition 1984 (Ấn bản lần thứ nhất 1984)

Second edition 1993 (Ấn bản lần thứ hai 1993)

Third edition 2004 (Ấn bản lần thứ ba 2004)

Trong ví dụ này, ghi lần xuất bản mới nhất, đó là 2004.

Các vấn đề liên quan đến *số trang*

Mục đích của việc ghi số trang là để giúp người đọc xác định vị trí tương ứng của tài liệu. Số trang không phải là cách duy nhất chỉ người đọc đến phần cụ thể của tài liệu. Dưới đây là một số thay đổi về cách dùng số trang.

Trong một số trường hợp, bạn có thể bỏ qua việc nhắc đến một phần cụ thể của tài liệu. Trong những trường hợp này, bạn chỉ cần ghi tác giả và năm xuất bản (ví dụ: Cook 2004). Đây là những trường hợp thường gặp có thể áp dụng chỉ dẫn trên:

- Bạn đang nói đến toàn bộ tài liệu chứ không phải chỉ một phần của tài liệu.
- Bạn đang trích dẫn một tác phẩm không có số trang và không có nguyên tắc nào áp dụng được.
- Bạn đang trích dẫn phần thảo luận một câu Kinh thánh cụ thể từ một sách chú giải.

Trong nhiều tài liệu, số phần (section number) là phương tiện tham khảo lý tưởng. Nhiều tài liệu đánh số các phần. Chúng ta thấy điều này trong các tài liệu trên mạng, các bài luận án, các sách ngữ pháp, sách ngôn ngữ và các tài liệu pháp lý, và nhiều tài liệu khác. Nếu tài liệu có số trang và số phần, bạn có thể chọn trích dẫn theo số trang hoặc số phần. Dùng ký hiệu § để chỉ số phần.

Ví dụ từ sách từ vựng của Strong: Strong 1996:§1499

Ví dụ từ một luận án tiến sĩ: Smith 2007:§2.3.2

Bạn có thể ghi số chương thay vì số trang. Điều này xảy ra trong hai tình huống: (a) bạn đang nói đến cả chương, không phải một phần nào đó của chương hoặc (b) tài liệu điện tử có chương mà không có trang. Khi ghi theo chương, dùng dấu phẩy thay cho dấu hai chấm để ngăn cách năm xuất bản và số chương. Bạn có thể viết đầy đủ chữ 'chapter (chương)' hoặc viết rút gọn 'chap.' hay 'ch.' Dưới đây là một số ví dụ :

Wilson 2002, chương 3 hoặc Wilson 2002, ch. 3

Ndlovu 1997, chương 3-7 hoặc Ndlovu 1997, ch. 3-7

Khi trích dẫn nguồn tài liệu là từ điển hoặc sách về ngôn ngữ, bạn có thể dùng ký hiệu 'dt.' ('s.v.', theo ký hiệu viết tắt La-tinh, có nghĩa là 'dưới từ') theo sau là mục trích dẫn. Ví dụ bên dưới cho biết bạn có thể tìm thông tin thích hợp dưới mục của từ 'eimi', trong phần 2.a.

Kirsten 1997, dt. *eimi* 2.a

Cần nhớ mục đích là giúp người đọc tìm đúng phần tài liệu càng dễ càng tốt. Về nguyên tắc, số trang là cách hữu hiệu nhất để đạt mục tiêu này. Tuy nhiên, nếu số trang không có sẵn hoặc có cách khác hay hơn để đạt mục tiêu, thì hãy dùng cách khác để chỉ người đọc đến đúng chỗ.

Một số việc tồn đọng

Có bốn việc còn tồn đọng chúng ta cần bàn luận: (a) cách trích dẫn Kinh thánh, (b) cách sắp xếp nhóm các trích dẫn, (c) cách chấm câu các đoạn trích trong bài văn và (d) mức độ nhắc lại trích dẫn trong bài.

Cách trích dẫn Kinh thánh

Cách trích dẫn Kinh thánh thông thường là cho biết tên sách, theo sau là đoạn và câu như sau: Ma-thi-ơ 16:18. Lưu ý rằng số đoạn và số câu được ngăn cách bởi dấu hai chấm. Dưới đây là một số nguyên tắc quan trọng khi trích dẫn câu Kinh thánh:

- Trong bài viết, viết ra tên đầy đủ của sách; còn trong ngoặc đơn thì viết tắt tên sách.[4] So sánh hai ví dụ sau:

    a. Ma-thi-ơ 18:19 hứa: "nếu hai người trong các ngươi thuận nhau ở dưới đất mà cầu xin không cứ việc chi, thì Cha ta ở trên trời sẽ cho họ" (BTT).

    b. Lời Chúa hứa: "nếu hai người trong các ngươi thuận nhau ở dưới đất mà cầu xin không cứ việc chi, thì Cha ta ở trên trời sẽ cho họ" (Mat 18:19, BTT)

- Nếu trích nguyên văn bản dịch Kinh thánh, bạn cần cho biết bạn đang dùng bản dịch nào. Sử dụng chữ viết tắt chuẩn cho mục đích này (ví dụ: BTT cho Bản Truyền Thống trong các ví dụ trên). Nếu bạn chủ yếu trích từ cùng một bản dịch, thì sau câu trích đầu tiên, thêm vào footnotes như sau: 'Trừ khi được ghi chú, tất cả các câu trích dẫn Kinh thánh còn lại đều từ Bản Truyền Thống.' Sau đó bạn không cần thêm 'BTT' khi trích dẫn.

Cách sắp xếp nhóm các trích dẫn

Để nhấn mạnh rằng có nhiều học giả nhất trí xem Thi Thiên 9-10 là một bài thơ, tác giả của ví dụ dưới đây trích dẫn mười hai học giả đồng tình với ý kiến trên. Đây là cách làm phổ biến trong bài viết học thuật.

---

4. Có nhiều hệ thống viết tắt. Ví dụ, Sáng Thế Ký có thể viết tắt là Sáng Thế, Sáng hoặc STK ; 1 Cô-rinh-tô viết là 1 Côr. hay 1 Cô. Phải nhất quán. Nếu bạn chọn 1 Cô, thì bạn phải dùng 1 Ti thay vì 1 Tim cho sách 1 Ti-mô-thê.

Tuy nhiên, Thi Thiên 9-10 lúc đầu chỉ là một thi thiên, vì vậy tiêu đề của Thi Thiên 9 gộp vào Thi Thiên 10 (Bratcher và Reyburn 1991; Motyer 1994; Craigie 1998; Broyles 1999; Strugnell và Eshel 2001; Wilcock 2001; Richard 2002; Wilson 2002; Terrien 2003; Miller 2004; Goldingay 2006; Labuschagne 2007).

Khi cần trích nhiều tài liệu để chứng minh cho một điểm, bạn phải sắp xếp chúng như thế nào? Dưới đây là ba chỉ dẫn:

- Bạn có thể sắp xếp các chú dẫn theo thứ tự bảng chữ cái dựa theo họ của tác giả.
- Bạn có thể sắp xếp chúng theo trình tự thời gian, từ gần đến xa hoặc từ xa đến gần, dựa trên năm xuất bản.
- Khi trích Kinh thánh, cách được chấp nhận là liệt kê theo thứ tự kinh điển, tức là thứ tự các sách trong Kinh thánh.

Khía cạnh tiếp theo chúng ta cần nói đến là cách chấm câu khi ghi trích dẫn trong bài viết.

Cách chấm câu khi trích dẫn nguồn tài liệu trong bài

Trong các trích dẫn nguồn tài liệu thông thường gồm tác giả, năm xuất bản và số trang, không cần dùng dấu chấm câu giữa tác giả và năm, dùng dấu hai chấm giữa năm và số trang (ví dụ: Williams 2002:26). Nếu bạn thay thế tên tác giả bằng tựa đề, dùng dấu phẩy giữa tựa đề và năm xuất bản (ví dụ: the Names of God, 2007). Khi thay thế số trang bằng các tên khác, thì thay dấu hai chấm bằng dấu phẩy trước chữ chương (ví dụ: White 2004, chap.4) và số quyển (chẳng hạn: Wilmot 2003, 4:428), nhưng không đặt trước số phần (ví dụ: Woods 2005:§4.2).

Dùng dấu gạch nối đơn giản (dấu trừ; ví dụ: 12-14) để biểu thị chuỗi các trang hay câu liên tục; đừng dùng dấu gạch ngang dài (12—14) hay nét gạch ngang ngắn (12–14). Nếu các trang hay câu không liên tiếp nhau, dùng dấu phẩy để tách ra.

(White 2007:19–34 và 94) không đúng vì hai lý do: dùng dấu gạch ngang ngắn giữa số trang; dùng chữ "và" trước số trang cuối cùng.

(White 2007:19-34, 94) đúng; nó cho người đọc biết các trang 19-34 là chuỗi liên tục cũng như chỉ ra trang 94.

(John 14:1-4, 9-10; 15:1, 7, 10) là cách trích dẫn đúng đắn các câu được chọn từ Giăng 14 và 15.

Tách các trích dẫn bằng dấu chấm phẩy. Đừng tách chúng bằng dấu phẩy, và đừng dùng chữ 'và' trước mục cuối cùng trong chuỗi trích dẫn.

Sai: (Smit 1996, Thom 2001 và Williams 2004)
Đúng: (Smit 1996; Thom 2001; Williams 2004)

Sai: (Matt 16:18-21, Luke 14:12-14 và John 8:1-11)
Đúng: (Matt 16:18-21; Luke 14:12-14; John 8:1-11)

Khi dùng nhiều lần các tài liệu nào đó, bạn phải cung cấp trích dẫn nguồn tài liệu đầy đủ ở mức độ nào? Đây là đề tài cho phần tiếp theo.

Mức độ lặp lại trích dẫn nguồn tài liệu

Khi dùng thường xuyên một nguồn tài liệu, bạn có phải nhắc lại trích dẫn mỗi lần sử dụng không? *Nguyên tắc là bạn phải bắt đầu lại trong mỗi đoạn văn mới.* Khi bạn bắt đầu một đoạn văn mới, bạn phải cung cấp đầy đủ chi tiết đoạn trích ngay cả khi bạn vẫn đang nói đến cùng một tài liệu như trong đoạn trước. Hai đoạn văn dưới đây hiển thị cách làm đúng. Mặc dù đoạn trích ở đoạn thứ hai lấy từ cùng một tài liệu và cùng số trang như trong đoạn thứ nhất, nhưng vẫn cần phải nhắc lại đầy đủ vì nó xuất hiện trong một đoạn văn mới.

Van Wyk (2001:43) giải thích rằng có ba cách chúng ta có thể giải thích Thi Thiên 6: một hỗn hợp gồm hai đoạn, đó là câu 1-7 và 8-10; như lời cầu nguyện của vị vua bị bệnh mà kẻ thù đang lợi dụng cơn bệnh của ông; hoặc như lời cầu nguyện của cả đất nước mà trong đó ám chỉ về bệnh tật là những ẩn dụ về đau khổ của dân tộc.

Van Wyk tuyên bố (2001:43),"Theo quan điểm của tôi, bằng chứng nghiêng về lựa chọn thứ hai". Ông đưa ra bốn lý do cho quan điểm này. Thứ nhất ...

Những nguyên tắc sau áp dụng cho cùng một đoạn văn:

- Nếu không có đoạn trích khác xen vào thì không cần nhắc lại chú thích tài liệu trong những lần nói đến sau đó. Nếu nó cùng trang (hay câu hay đoạn), thì lần trích thứ hai không cần chú thích; người ta xem như áp dụng chú dẫn đầu tiên. Nếu lần trích thứ hai nói đến một trang khác, thì chỉ cần cung cấp số trang mới (hoặc câu, hoặc đoạn). Thực hiện bằng cách dùng các chữ viết tắt sau: tr. cho trang; c. cho một câu, cc. cho nhiều hơn một câu; § cho một đoạn, §§ cho nhiều hơn một đoạn.

   tr. 14 = trang 14 | tr. 14-19 = trang 14 đến 19

   c. 7 = câu 7 | cc. 7-11 = câu 7 đến 11

   §14.1 = đoạn 14.1 | §§14.1-3 = đoạn 14.1 đến 14.3

- Nếu có đoạn trích khác xen vào, bạn phải cung cấp đủ chú thích tài liệu để làm rõ điều bạn đang trích. Trường hợp này xảy ra khi bạn trích tài liệu A, rồi tài liệu B, rồi quay lại tài liệu A. Đối với lần trích thứ hai từ tài liệu A, bạn có thể chỉ ghi tên và số trang, miễn là không ai nghi ngờ về năm xuất bản tài liệu. Nếu có điều gì mơ hồ, hãy ghi chú thích đầy đủ.

   Mills (2007:144) thông báo "Lối giải thích Sáng Thế Ký 1-3 theo nghĩa đen không còn đứng vững nữa". Đáp ứng lại "trường hợp giải thích theo nghĩa đen" của Garrison (2003:13-27), Mill khẳng định: "Dawkins đã chứng minh sự ngu dại của niềm tin vào sự sáng tạo" (tr.152).

Tóm Tắt

Tính chính trực trong học thuật yêu cầu bạn phải ghi nhận tài liệu sử dụng. Chúng tôi thích kiểu *trích dẫn nguồn tài liệu trong bài* vì nó ít chiếm chỗ và ít gây gián đoạn hơn footnotes. Mỗi trích dẫn trong bài phải trả lời ba câu hỏi: Ai? Khi nào? Ở đâu? Hầu hết các trích dẫn đều theo tác giả, năm xuất bản và số trang, nhưng có nhiều biến đổi về chuẩn trích dẫn.

Các trích dẫn trong bài tự nó không cung cấp đủ thông tin để người đọc có thể tìm ra tài liệu. Trích dẫn trong bài phải đi chung với danh mục tài liệu, là nơi cung cấp thông tin đầy đủ về tài liệu. Vậy làm cách nào để soạn một danh mục tài liệu?

Chương 4

Danh Mục Tài Liệu (Bibliography)

Mỗi bài viết học thuật đều kết thúc với một danh mục tài liệu, là danh sách các nguồn tài liệu (ví dụ: sách, bài báo, bài phỏng vấn) tham khảo khi viết bài. Trong chương này, chúng tôi sẽ nói đến cách soạn một danh mục tài liệu.

Các Loại Danh Mục Tài Liệu

Có bốn loại danh mục tài liệu chính: 1) tài liệu trích dẫn, 2) tài liệu tham khảo, 3) danh mục chọn lọc và 4) danh mục chú giải. Bạn nên chọn loại thích hợp nhất cho bài viết của mình. Khi đã chọn rồi, hãy đặt tên phù hợp cho nó. Đừng dùng từ 'danh mục tài liệu' làm tiêu đề. Nếu đó là danh sách các tài liệu được trích dẫn, hãy đặt tên là 'Danh mục trích dẫn'. Nếu bạn dùng danh mục tài liệu chú giải, tiêu đề phải là 'Danh mục chú giải'. Chúng tôi sẽ giải thích mỗi loại danh mục tài liệu có tác dụng như thế nào.

1) *Tài liệu được trích dẫn.* Trong hệ thống tham khảo tác giả-năm, danh mục tài liệu thường là danh sách các tài liệu được trích dẫn. Tất cả và chỉ những sách được trích dẫn trong tài liệu mới được liệt kê trong danh mục tài liệu, với tựa đề là 'Danh mục trích dẫn'. Mục đích của danh sách các tài liệu được trích dẫn là để giúp người đọc xác định các nguồn tài liệu được trích dẫn trong bài viết. Đừng liệt kê những tài liệu bạn tham khảo, chỉ bao gồm những tài liệu bạn trích dẫn mà thôi.

2) *Các tài liệu tham khảo*. Hình thức này bao quát hơn danh sách các tài liệu được trích dẫn; nó bao gồm tất cả các tài liệu bạn đã tham khảo, cho dù bạn có trích dẫn hay không. Nó chỉ ra tất cả các tác phẩm ảnh hưởng đến việc viết bài. Dùng danh sách các 'tài liệu tham khảo' để cung cấp cho người đọc danh sách bao gồm tất cả các tài liệu về đề tài của bạn để họ biết tất cả những tài liệu chủ yếu bạn đã dùng.

3) *Danh mục chọn lọc*. Mục đích của danh mục tài liệu chọn lọc là chỉ liệt kê những tài liệu quan trọng nhất về đề tài đó. Nó chỉ cho người đọc những tác phẩm chính yếu.

4) *Danh mục chú giải*. Trong danh mục tài liệu chú giải, tác giả thêm vào một ít chú giải sau mỗi mục trong danh mục tài liệu. Lời chú giải làm phong phú thêm cho những tài liệu như đề án nghiên cứu và danh sách các sách cần đọc.

Khi viết bài hay luận văn thạc sĩ dùng hệ thống tham khảo tác giả-năm, danh mục tài liệu thường là danh sách *các tài liệu trích dẫn*, trừ khi bạn được yêu cầu cụ thể dùng một loại danh mục tài liệu khác.

Cách Tạo Một Mục Trong Danh Mục Tài Liệu

Mỗi mục trong danh mục tài liệu cần chứa đựng bốn mẩu thông tin chính:

1. Ai viết? tác giả.
2. Nó được xuất bản khi nào? ngày tháng năm.
3. Nó được gọi là gì? tựa đề.
4. Nó được tiếp cận bằng cách nào? chi tiết về nhà xuất bản.

Có những chỉ dẫn đã có từ lâu về việc định dạng các mục trong danh mục tài liệu. Mặc dù chúng tôi không thể trình bày đầy đủ các loại tài liệu bạn sẽ gặp, nhưng chúng tôi sẽ có lời khuyên cho các loại mục thông dụng:

1. Sách
    1.1. Mục thông thường
    1.2. Sách được biên tập
    1.3. Các ấn bản của sách
    1.4. Các sách được dịch, hiệu đính, mở rộng hay cập nhật
    1.5. Một bộ sách gồm nhiều quyển (volume in a series)
    1.6. Tác phẩm có nhiều tập (multi-volume works)
    1.7. Bài viết trong một quyển sách được biên tập
    1.8. Sách điện tử
2. Tập san, tạp chí và báo tờ
    2.1. Bài viết trong tập san
    2.2. Bài viết trong tạp chí
    2.3. Bài báo
3. Tài liệu trực tuyến
    3.1. Dạng thức chuẩn
    3.2. Không ngày tháng
    3.3. Không tác giả
4. Tài liệu khác
    4.1. Luận văn và luận án
    4.2. Bài phỏng vấn
    4.3. Điểm sách
    4.4. Bài viết học thuật

Tạo danh mục tài liệu *dành cho sách*

1.1. Đây là những *mục chuẩn dành cho sách* có một, hai hay ba tác giả. Mục liệt kê từng tác giả theo họ và chữ đầu (không có dấu phẩy hay dấu chấm, ngoại trừ giữa tên các tác giả), năm xuất bản, tựa đề (chữ in nghiêng), và thông tin xuất bản (nơi chốn và nhà xuất bản).

Smith KG 2007. *How to interpret the psalms: an exegetical guide.* Cape Town, South Africa: Christian Academic.

Smith KG và Tucker LP 2007. *How to interpret the psalms: an exegetical guide.* Cape Town, South Africa: Christian Academic.

Smith KG, Tucker LP và Erdey ZL 2007. *How to interpret the psalms: an exegetical guide.* Cape Town, South Africa: Christian Academic.

1.2. Nếu đó là sách *được biên tập*, thêm bt. ('ed' hoặc 'eds') trong ngoặc đơn sau tên người biên tập.

Smith KG (bt.) 2007. *How to interpret the psalms: an exegetical guide.* Cape Town, South Africa: Christian Academic.

Smith KG và Tucker LP (bt.) 2007. *How to interpret the psalms: an exegetical guide.* Cape Town, South Africa: Christian Academic.

1.3. Nếu sách không phải là ấn bản đầu tiên, hãy thêm *chi tiết về ấn bản* trong ngoặc đơn sau tựa đề. Dùng cách viết như sau: pb. 2 ('2nded.') đối với ấn bản lần hai; pb. 3 ('3rded.') đối với ấn bản lần ba; hđ. ('rev.ed.') đối với phiên bản hiệu đính; v.v...

Smith KG 2007. *How to interpret the psalms: an exegetical guide* (pb. 3, hđ.). Cape Town, South Africa: Christian Academic.

1.4. Nếu sách được *dịch, hiệu đính, bổ sung hay hiệu chỉnh* bởi một người khác chứ không phải tác giả ban đầu hay người biên tập, thì nói rõ điều này theo cách như sau:

Smith KG 2007. *How to interpret the psalms: an exegetical guide.* Được dịch bởi LP Tucker. Cape Town, South Africa: Christian Academic.

Smith KG 2007. *How to interpret the psalms: an exegetical guide.* Hiệu đính và cập nhật bởi LP Tucker. Cape Town, South Africa: Christian Academic.

1.5. Nếu sách là *một bộ nhiều quyển*, chẳng hạn như loạt sách chú giải, thì nói rõ ngay sau tựa đề. Nếu đó là bộ sách nổi tiếng và có tên viết tắt được thừa nhận rộng rãi (ví dụ Word Biblical Commentary), bạn có thể dùng chữ viết tắt (tức là WBC).

Smith KG 2007. *The book of Psalms*. New evangelical commentary 12. Cape Town, South Africa: Christian Academic.

1.6. Những ví dụ dưới đây cho thấy cách trích dẫn một quyển trong một *tác phẩm gồm nhiều tập* và cách trích dẫn toàn bộ sưu tập gồm nhiều tập.

Smith KG và Tucker LP 2007. *The Book of Psalms* (tập 1). Cape Town, South Africa: Christian Academic.

Smith KG và Tucker LP 2007. *The Book of Psalms* (3 tập). Cape Town, South Africa: Christian Academic.

1.7. Khi bạn dùng *bài viết trong một quyển sách được biên tập*, bạn ghi tên tác giả (không phải tên người biên tập) và tựa đề bài viết. Từ đó trở đi, chỉ nêu tên (những) người biên tập, tựa sách và số trang của bài viết. Nếu bài viết không ký tên, thì ghi tựa đề (xem ví dụ cuối cùng).

Tucker LP 2007. How to analyse a psalm's canonical context. Trong KG Smith (bt.), *How to interpret the psalms* (pb. 2), 114-127. Cape Town, South Africa: Christian Academic.

Tucker LP 2007. How to analyse a psalm's canonical context. Trong KG Smith và cs. (bt.), *How to interpret the psalms* (pd. hđ.), 194-206. Cape Town, South Africa: Christian Academic.

Tucker LP 2007. The book of Nehemiah. Trong KG Smith (bt.), *The SATS encyclopaedia of the Bible* (tập 3), 344-345. Johannesburg, South Africa: SATS Press.

The book of Nehemiah. Trong KG Smith (bt.), *The SATS encyclopaedia of the Bible* (tập 3), 344-345. Johannesburg, South Africa: SATS Press.

1.8. Đối với *sách điện tử*, thường có hai nhóm thông tin về xuất bản: chi tiết của bản in nguyên thuỷ, và chi tiết của phiên bản điện tử. Ví dụ đầu tiên bên dưới minh họa cách trích dẫn sách khi chỉ có chi tiết về phiên bản điện tử. Ví dụ thứ hai dành cho sách có cả ấn bản và phiên bản điện tử. Năm xuất bản trong ngoặc vuông là năm ấn bản được xuất bản. Chi tiết xuất bản của ấn bản được đưa ra trước, sau đó là phiên bản điện tử. Có nhiều thí dụ đa dạng; nhưng nhất quán là điều quan trọng.

Tucker LP 2007. *A commentary on the gospel of Matthew.* Johannesburg, South Africa: Rhema Electronic Books, www.rhemabooks.co.za.

Tucker LP 2007 [2004]. *A commentary on the gospel of Matthew.* Cape Town, South Africa: Christian Academic. Pb. điện tử: Rhema Library Resources, www.rhemabooks.co.za.

Mục trong danh mục tài liệu cho *tập san, tạp chí* và *báo tờ*

2.1. *Bài viết trong tập san* được nhắc đến với các yếu tố: tác giả, năm, tựa bài viết; tên tập san; số quyển (và số phát hành); số trang của bài viết.

Woodbridge NB 2007. The use of worship songs in youth ministry: a postmodern paradigm. *Journal of the South African Theological Seminary* 10(3):314-327.

Tựa bài viết được viết ở dạng đánh máy bình thường (không phải chữ nghiêng); tên của tập san dùng chữ nghiêng. Số quyển của tập san đứng sau tên của nó (không có dấu câu nào chen giữa), và dấu phẩy ngăn cách số quyển với số trang. Nhiều tập san được phát hành hai, ba, hay bốn lần mỗi năm, và mỗi đợt phát hành được đánh số; ký hiệu ở trên, 10(3):314-327 ám chỉ quyển 10, số phát hành 3, trang 314 – 327. Không phải mọi tập san đều có số phát hành. Ngoài ra, mọi mục trong Danh mục tài liệu đều giống nhau, cho dù là tập san điện tử hay bản in.

2.2. *Các bài viết trên tạp chí* được trích dẫn tương tự như bài viết trong tập san, ngoại trừ số quyển và số phát hành là không áp dụng. Thay vào đó, ấn bản cụ thể của tạp chí được nhận diện bằng cách thêm vào ngày phát hành - hoặc tháng nếu phát hành hằng tháng; thêm vào ngày chính xác nếu phát hành hằng tuần.

Woodbridge NB 2007 (Tháng Mười Hai). The use of worship songs in youth ministry. *Christian Worship Magazine*, 34.

Woodbridge NB 2007 (Ngày 14 Tháng Tư). The use of worship songs in youth ministry. *Christian Worship Magazine*, 34, 37-38.

2.3. *Các bài báo* cần nói rõ ngày chính xác, thành phố xuất bản và số trang.

Woodbridge NB 2007 (Ngày 14 Tháng Mười Một). The use of worship songs in youth ministry. Johannesburg, South Africa. *The Star*, 4.

Mục trong Danh mục tài liệu cho *tài liệu trực tuyến*

3.1. Định dạng chuẩn cho tài liệu trực tuyến bao gồm các chi tiết sau: tác giả, năm, tựa bài viết (không để chữ nghiêng); loại tài liệu; địa chỉ truy cập; ngày truy cập.

Woodbridge NB 2005. The use of worship songs in youth ministry: a postmodern paradigm. Bài báo trực tuyến. Truy cập vào 11-7-2007, www.theological-research.org.

Woodbridge NB 2005. The use of worship songs in youth ministry: a postmodern paradigm. Blog trực tuyến. Truy cập vào 11-7-2007, www.noelwoodbridge.co.za.

3.2. Nếu trang mạng không nói rõ ngày viết hay ngày xuất bản, thì để năm bạn truy cập tài liệu trong ngoặc vuông; bạn sẽ trích dẫn trong bài theo năm này. Hai ví dụ bên dưới cho thấy các bài báo của Woodbridge được trích dẫn như thế nào khi không có ghi ngày tháng trên mạng.

Woodbridge NB [2007a]. The use of worship songs in youth ministry: a postmodern paradigm. Bài báo trực tuyến. Truy cập vào 11-7-2007, www.theological-research.org

Woodbridge NB [2007b]. How to use music in youth evangelisation. Bài giảng trực tuyến. Truy cập vào 11-7-2007, www.theological-research.org.

3.3. Nếu trang mạng không có tên tác giả, ghi tựa đề ngay đầu mục của danh mục tài liệu. Nếu tác giả là một tổ chức, ghi tên tổ chức như tên tác giả.

The use of worship songs in youth ministry: a postmodern paradigm, 2005. Bài báo trực tuyến. Truy cập vào 11-7-2007, www.theological-research.org.

South African Theological Seminary, 2005. The use of worship songs in youth ministry: a postmodern paradigm. Bài báo trực tuyến. Truy cập vào 11-7-2007, www.theological-research.org.

Mục trong danh mục tài liệu dành cho các tài liệu khác

4.1. *Luận văn thạc sĩ và luận án tiến sĩ* được trích dẫn với các yếu tố sau: tác giả, năm, tựa đề (không để chữ nghiêng); loại tác phẩm; chủng viện; nơi chốn. Nếu luận văn có sẵn trực tuyến, thêm vào URL (đường dẫn tham chiếu tài liệu trên mạng).

Erdey Z 2007. The significance of the 'weeping and gnashing of teeth' pericopes to the theme of judgement in the Gospel of Matthew. Luận văn thạc sĩ, South African Theological Seminary. Johannesburg, South Africa.

Smith KG 2000. Relevance theory and Bible translation: the translation of Titus. Luận án tiến sĩ, University of Stellenbosch. Stellenbosch, South Africa. Truy cập vào 11-7-2007, www.theological-research.org.

4.2. Các trích dẫn *Bài phỏng vấn* cần nêu rõ người được phỏng vấn (phần 'tác giả'), ngày phỏng vấn, người thực hiện cuộc phỏng vấn, nơi thực hiện cuộc phỏng vấn và nơi có thể truy cập cuộc phỏng vấn. Lưu ý ghi chú "phỏng vấn bởi tác giả" khi bạn muốn nói chính mình thực hiện cuộc phỏng vấn.

Peppler CL 2006 (Ngày 14 Tháng Bảy). Phỏng vấn bởi JR Mason. Rivonia, South Africa. Phát hành trong tạp chí Christian News (23-07-2007), 7-8.

Peppler CL 2006 (Ngày 14 Tháng Bảy). Phỏng vấn bởi JR Mason. Rivonia, South Africa. Có sẵn tại www.chrisp.co.za.

Peppler CL 2006 (Ngày 14 Tháng Bảy). Phỏng vấn bởi tác giả. Rivonia, South Africa. Bản ghi chép từ phần ghi âm do tác giả cung cấp từ trang kevingarysmith@gmail.co.za.

4.3. *Các bài điểm sách* được liệt kê dưới tên người viết bài điểm sách. Cần ghi đầy đủ chi tiết về bài điểm sách và tác phẩm được điểm.

Mason JR 2006. Bài điểm sách của F Jabini, The Holy Spirit in the intertestamental period (Amsterdam: Acad Press, 2005). Conspectus 14:171-172.

Mason JR 2006. Bài điểm sách của F Jabini, The Holy Spirit in the intertestamental period (Sách trực tuyến. Truy cập vào 4-12-2006, www.ebooks.co.za), có sẵn tại www.theological-research.org.

4.4. *Các bài viết học thuật*, chẳng hạn như những bài đọc tại các hội nghị, cần tên, nơi chốn và ngày tổ chức hội nghị, nơi bài viết được trình bày.

Mason JR 2006. Maximising the use of technology in theological education. Bài viết được trình bày tại Hội nghị The Theological Higher Education Conference, 18 Tháng 9 năm 2004. South African Theological Seminary, Rivonia, South Africa. Truy cập vào 25-1-2007, www.sats.edu.za.

Chấm Câu Trong Danh Mục Tài Liệu

Điều quan trọng nhất về chấm câu trong danh mục tài liệu là *sự nhất quán*. Nếu bạn đọc 10 hướng dẫn văn phong khác nhau, bạn sẽ gặp 10 nhóm nguyên tắc khác nhau. Miễn là bạn bám theo một hệ thống danh mục tài liệu từ đầu đến cuối, thì việc bạn theo nhóm nguyên tắc nào không quan trọng lắm.

Những chi tiết về chấm câu quan trọng nhất liên quan đến cách viết hoa, in nghiêng, dấu phẩy, dấu chấm và dấu ngoặc. Hai ví dụ dưới đây minh họa một vài khác biệt phổ biến giữa các hệ thống chấm câu:

Smith KG và Tucker LP (bt.). The new South African dictionary of theology (h.đ). Johannesburg, South Africa: Christian Academic, 2007.

Smith, Kevin G., và Tucker, L. P., bt. The New South African Dictionary of Theology, bản hđ., Johannesburg, South Africa: Christian Academic, 2007.

Những ý dưới đây hướng dẫn chấm câu trong danh mục tài liệu. Đây là cách mà chúng tôi ưa dùng. Nếu bạn chọn cách khác, hãy nhất quán.

a. *Viết hoa.* Cách chúng tôi thích dùng là sử dụng cách viết hoa bình thường trong câu. Chỉ viết hoa từ đầu tiên và danh từ riêng (ví dụ: The new Bible dictionary). Nhiều cách hướng dẫn viết hoa tất cả các từ ngoại trừ giới từ và liên từ (ví dụ: The New Bible Dictionary).

b. *Viết nghiêng và gạch dưới.* Viết nghiêng tựa đề của sách, tập san và tạp chí. Không viết nghiêng tên bài báo, tên luận văn, tên luận án hay tên bài viết. Chỉ gạch dưới đối với tài liệu điện tử, đó là địa chỉ thư điện tử hay URL.

c. *Dấu chấm.* Cách của chúng tôi là hạn chế tối thiểu dùng dấu chấm. Ví dụ, không dùng dấu chấm giữa các ký tự đầu: ghi tác giả Lindy Pam Tucker là 'Tucker LP thay vì Tucker, L.P.' Khi viết tắt, dùng dấu chấm nếu ký tự cuối của chữ viết tắt không phải là ký tự cuối của tên đầy đủ; nếu ký tự cuối của chữ viết tắt là ký tự cuối của tên đầy đủ, thì không cần dấu chấm (ví dụ: 'ed.' (bt.) chứ không phải 'ed', nhưng 'eds' thay vì 'eds.'; 't. 1' và 3 tập.[1]

d. *Dấu phẩy.* Dùng dấu phẩy để tách nhiều tên tác giả hoặc người biên tập (ví dụ: Smith KG, Tucker LP và Woodbridge NB) và nêu số trang ngay sau tựa đề (ví dụ:

---

1. BT: Hiện nay, việc sử dụng chữ viết tắt các thuật ngữ này tại Việt Nam chưa có sự thống nhất giữa các tài liệu. Một số người dùng 'b.d.' (thay cho biên dịch hoặc bản dịch), trong khi một số khác dùng 'bd'. Vì vậy, vấn đề là bạn phải chọn một kiểu viết tắt và sử dụng một cách nhất quán trong bài viết của bạn.

The love of God, 33-42).[2] Đừng dùng dấu phẩy giữa họ và chữ viết tắt (tức là Tucker LP, không viết Tucker, LP).

e. *Dấu ngoặc đơn.* Cách chúng tôi ưa dùng là đặt thông tin về người biên tập, ấn bản và số quyển trong ngoặc đơn (một số cách dùng dấu phẩy để tách thông tin này); ví dụ: Woods WC (bt.) thay vì Woods WC, bt.; The love of God (pb. 2) thay vì The love of God, pb. 2. Mặc dù một số cách ghi ngày xuất bản trong ngoặc đơn, nhưng điều này không cần thiết. Dùng ngoặc vuông để ghi ngày xuất bản trong ba trường hợp sau: (i) ngày xuất bản bìa cứng sau ngày phát hành bản điện tử, ví dụ: Wood AB 2004 [1996]; (ii) đối với ngày tháng không chính xác, ví dụ: Mordt R [khoảng 1869]; và (iii) đối với bài viết trực tuyến khi lấy ngày truy cập thay cho ngày xuất bản, ví dụ: Pollock SM [2006].

Cách Sắp Xếp Tài Liệu Trong Danh Mục Tài Liệu

Nguyên tắc sắp xếp các mục trong danh mục tài liệu cũng đơn giản: *sắp theo thứ tự abc* tất cả tài liệu theo họ của tác giả hay người biên tập. Sắp tất cả các mục vào một danh sách theo thứ tự abc; không chia thành các phân loại (ví dụ: tập san, sách, phỏng vấn, v.v...). Dưới đây là một vài nguyên tắc sắp theo thứ tự abc:

Nếu bạn có nhiều mục cho cùng một tác giả, hãy sắp chúng theo thứ tự năm xuất bản. Viết tên tác giả trong mục đầu tiên; sau đó, dùng tám gạch dưới. Sắp xếp các lần xuất bản trong cùng năm bằng cách đánh thứ tự a,b,c, v.v...

---

2. Trong một số cách viết, dấu phẩy được dùng để cho biết thông tin 'biên tập' hoặc bt. (editor) và 'pb.' (edition) (ví dụ: Smith KG, bt. 2007. How to interpret the psalms, pb. 2. Cape Town: Christian Academic). Chúng tôi đề nghị bạn dùng dấu ngoặc đơn cho mục đích này, nhưng nếu bạn dùng dấu phẩy từ đầu đến cuối thì cũng không sao.

William DHL 2002.

_____ 2004a.

_____ 2004b.

_____ 2004c.

Khi sắp tên tác giả theo abc, phải theo chính xác thứ tự các ký tự, bỏ qua khoảng cách và dấu móc lửng. Sắp theo thứ tự abc các họ ghép theo phần đầu của họ ghép.

Brown JP

De La Rey LWC

De Waard AJ

d'Offay M

Grudem W

Hall-Lindsay TI

MacMillan G

McArthur KR, Jr

Smith-Jones LF

St Denis R

Van Rensburg RD

Nếu hai tác giả có cùng họ, sắp chữ viết tắt tên của họ theo thứ tự abc.

Wilson D 2002.

Wilson DL 1991.

Wilson SJ 2007.

Khi tài liệu không có tác giả, sắp theo abc chữ đầu tiên của tựa đề, nhưng bỏ qua mạo từ 'a', 'an', hay 'the'. [3]

The new international version. Grand Rapids, MI: Zondervan, 1984.

Serving the Lord with your talents, 2002. www.freebooks.co.za (truy cập ngày 01-11-2007).

Wilson DL 1991. _A biblical theology of the Spirit._ Cape Town: Acad Books.

The word of God. 1998. www.tjl.co.za (truy cập ngày 12-10-2007).

---

3. BT: Tiếng Việt không dùng hình thức mạo từ này, nên nguyên tắc này không áp dụng đối với tựa đề tài liệu tiếng Việt.

Zoltan EW. *The Spirit in the word.* Johannesburg: SATS Press, 2007.

Tóm Tắt

Mỗi bài viết học thuật phải kết thúc bằng một danh mục tài liệu. Trong hệ thống tham khảo tác giả-năm, hình thức danh mục tài liệu được ưa chuộng là danh sách các tài liệu trích dẫn, các loại khác là tài liệu tham khảo, danh mục tài liệu chọn lọc hay danh mục chú giải.

Mục trong danh mục tài liệu được sắp xếp theo thứ tự abc theo họ của tác giả hay người biên tập. Các mục cần chứa ít nhất bốn mẩu thông tin thiết yếu: Ai viết? Được xuất bản khi nào? Được gọi là gì? Có thể được tiếp cận ở đâu? Nội dung chính xác và định dạng của từng mục trong danh mục tài liệu thay đổi tùy thuộc vào dạng tài liệu (ví dụ: sách, luận văn, bài viết trên tập san, bài phỏng vấn, tài liệu trực tuyến) và chi tiết đã có về tài liệu.

Có nhiều chỉ dẫn khác nhau về cách viết và định dạng để viết các mục trong danh mục tài liệu. Các nguyên tắc liên quan đến yếu tố phải nói đến, cách sắp xếp chúng, cách chấm câu và nhiều chi tiết thay đổi khác. Chương này đưa ra một tập hợp các chỉ dẫn này. Việc bạn có theo những hướng dẫn này hay tập hợp các nguyên tắc khác không quá quan trọng. Có một nguyên tắc duy nhất phải tuân giữ - hãy nhất quán!

Chương 5

Trích Dẫn Nguồn Tài Liệu Theo Phong Cách Turabian

Có nhiều cách trích dẫn nguồn tài liệu được dùng trong văn phong học thuật như phong cách Havard, Chicago, Turabian, APA (American Psychological Association), MLA (Modern Language Association). Các phong cách trích dẫn nguồn tài liệu này có thể được chia thành hai nhóm hệ thống trích dẫn: hệ thống trích dẫn thư mục đầy đủ (bibliography style) và hệ thống trích dẫn tác giả-năm (author-date style). Tại Việt Nam, đa số các trường Đại học đang áp dụng hệ thống trích dẫn nguồn tài liệu tác giả-năm của Harvard (Havard Referencing System).

Tuy nhiên, hệ thống trích dẫn thư mục theo Turabian được sử dụng khá phổ biến ở các trường Thần học, bao gồm cả các trường tại châu Á.

Như đã giới thiệu trong phần mở đầu, mục đích chính của sách này là cung cấp hướng dẫn cần thiết cho các sinh viên thần học. Ban biên tập Văn Phẩm Hạt Giống soạn thêm chương này nhằm trang bị cho một số sinh viên có ý định theo học tại các trường thần học khác trong khu vực cũng như trên thế giới làm quen với cách trích dẫn nguồn tài liệu theo phong cách Turabian.

Trong khi các phương pháp trích dẫn theo hệ thống tác giả-năm đặt ghi chú nguồn tài liệu ngay trong bài (in-text) thì phương pháp trích dẫn theo Turabian sử dụng footnotes để ghi chú nguồn tài liệu. Trong chương này, chúng tôi chỉ đưa ra phần tóm tắt tổng quát về cách trích dẫn nguồn tài liệu cũng như cách đưa thông tin một tài liệu trong phần danh mục tài liệu tham khảo.[1]

Trích Dẫn Nguồn Tài Liệu Cuối Trang

Các Yếu Tố Trong Trích Dẫn Cuối Trang

Các trích dẫn nguồn tài liệu cuối trang trả lời ba câu hỏi: (a) *Ai?* Cho biết tác giả, biên tập hay dịch giả (hoặc cả ba) của tác phẩm trích dẫn là ai? (b) *Tác phẩm nào?* Độc giả có thể tìm thấy thông tin trong tác phẩm nào, do ai xuất bản và xuất bản khi nào? (c) *Ở đâu?* Thông tin trích dẫn được tìm thấy ở đâu trong tác phẩm. Do đó, một trích dẫn cuối trang hoàn chỉnh thường có ba phần:

a. *Tác giả*: Bạn thông báo cho độc giả biết ý tưởng bạn đang sử dụng là của ai.

b. *Thông tin về tác phẩm*: Một tác giả có thể có nhiều tác phẩm. Thông tin tác phẩm sẽ cho biết thông tin chi tiết hơn về nguồn trích dẫn bạn đã dùng.

c. *Số trang*: chỉ rõ cụ thể vị trí thông tin bạn đã trích dẫn trong tác phẩm đó.

Nói tóm lại, trật tự ba yếu tố trong trích dẫn nguồn tài liệu cuối trang đi từ tổng quát đến chi tiết. Một trích dẫn cuối trang hoàn chỉnh có hình thức như sau:

Tên tác giả, *Tên tác phẩm: phụ đề tác phẩm*, (Nơi xuất bản: nhà xuất bản, năm xuất bản), số trang.

---

1. Các hướng dẫn trong chương này được biên soạn chủ yếu dựa vào Kate L. Turabian, *A Manual for Writers of Research Papers, Theses, and Dissertations: Chicago Style for Students and Researchers*, bt. Wayne C. Booth và cs., pb.8, (Chicago: University Of Chicago Press, 2013).

Hai Hình Thức Trích Dẫn Cuối Trang

Có hai hình thức cơ bản khi ghi chú nguồn tài liệu tham khảo cuối trang: hình thức đầy đủ và hình thức thu gọn. Trong lần đầu tiên bạn trích dẫn một nguồn tài liệu, hãy sử dụng hình thức đầy đủ. Trong những lần trích dẫn tiếp theo (khi có cùng một nguồn tài liệu tham khảo), hãy sử dụng hình thức thu gọn.

Danh Mục Tài Liệu Tham Khảo

Một mẩu thông tin trong danh mục tài liệu tham khảo bao gồm hai yếu tố chính: (1) Tên tác giả và (2) Thông tin tác phẩm. Tuy nhiên, cách ghi chú tên tác giả ở danh mục tài liệu tham khảo có một chút khác biệt so với cách ghi tên tác giả trong phần trích dẫn cuối trang. Trong phần danh mục tài liệu tham khảo, họ của tác giả sẽ được đặt trước, sau đó mới đến tên riêng của tác giả.[2] Ngoài ra, phần thông tin xuất bản của tác phẩm ở danh mục tài liệu sẽ không nằm trong dấu ngoặc đơn như trong phần trích dẫn cuối trang. Ví dụ bên dưới mô tả cách ghi một mẩu thông tin trong danh mục tài liệu tham khảo.

Hình thức chuẩn:	Họ tác giả, Tên tác giả. *Tên tác phẩm: Phụ đề tên tác phẩm*. Nơi xuất bản: Tên nhà xuất bản, năm xuất bản.
Tên tác giả theo cấu trúc Tên-Họ:	Arnold, Bill T. *Khám Phá Sách Sáng Thế Ký: Nghiên cứu nội dung và các vấn đề trong sách Sáng Thế Ký*. Hà Nội: NXB Tôn Giáo, 2016.
Tên tác giả theo cấu trúc Họ-Tên:	Lê Văn Thiện. *Những Chủ Đề Chính của Thần Học Hệ Thống*. Hà Nội: NXB Tôn Giáo, 2007.

---

2. Đối với tác giả là người Việt Nam hoặc tên người có cấu trúc Họ-Tên (Họ trước, tên sau), áp dụng cấu trúc này cho cả phần trích dẫn cuối trang và mục lục tham khảo.

Một vài lưu ý về cách ghi chú tài liệu tham khảo

Trong phần danh mục tài liệu tham khảo, phần số trang có thể bỏ qua nếu loại tài liệu đó là sách thông thường. Tuy nhiên, nếu phần tham khảo là một chương trong một sách được biên tập, hoặc một bài báo trong một tạp chí, thì việc ghi rõ số trang của chương đó hay bài báo đó là cần thiết.

Bạn phải trích dẫn nguồn gốc của tất cả các thông tin, ý tưởng, câu từ mà bạn dùng trong bài viết. Bạn phải trích dẫn các loại tài liệu khác nhau như thế nào? Khi đưa thông tin một tài liệu tham khảo, hình thức chuẩn được áp dụng cho tất cả các loại tài liệu. Tuy nhiên, mỗi loại tài liệu có thể có vài sự khác biệt nhỏ.

Trong phần kế tiếp, chúng tôi sẽ đưa ra các ví dụ về cách đưa thông tin các loại tài liệu khác nhau vào trích dẫn cuối trang và danh mục tài liệu để các bạn có thể so sánh và tham khảo khi cần.

Cách Trích Dẫn Các Tài Liệu Khác Nhau

Trong giới hạn của tài liệu này, chúng tôi chỉ tóm tắt cách trích dẫn các loại tài liệu thường gặp. Đối với các loại tài liệu khác, như bài phỏng vấn, bài thu âm, tài liệu trên các phương tiện thông tin đại chúng,...bạn có thể áp dụng các nguyên tắc cơ bản, hoặc tham khảo ý kiến của giáo sư tại trường bạn đang học. Các ví dụ minh hoạ bên dưới sẽ bao gồm hình thức trích dẫn đầy đủ, rút gọn và danh mục tài liệu, theo thứ tự như sau:

1. Ghi chú cuối trang lần đầu tiên (GC 1)
2. Ghi chú cuối trang lần kế tiếp (GC 2)[3]
3. Danh mục tài liệu tham khảo (DMTL)

---

3. Áp dụng cho những lần trích dẫn cùng một nguồn tài liệu nhưng không liền kề. Đối với trích dẫn cùng một nguồn tài liệu liền kề, bạn có thể lược bỏ tên tác phẩm, chỉ bao gồm tên tác giả và số trang.

Sách có một tác giả hoặc một người biên tập:

- **Một tác giả:**

GC1: Lê Văn Thiện, *Những Chủ Đề Chính Của Thần Học Hệ Thống* (Hà Nội: NXB Tôn Giáo, 2007), 34.

GC2: Lê Văn Thiện, *Những Chủ Đề Chính Của Thần Học Hệ Thống*, 56.

DMTL: Lê Văn Thiện. *Những Chủ Đề Chính Của Thần Học Hệ Thống*. Hà Nội: NXB Tôn Giáo, 2007.

- **Một người biên tập:**

GC1: Hoàng Phê, bt., *Từ Điển Tiếng Việt* (Viện Ngôn Ngữ Học: NXB Đà Nẵng, 2005), 34.

GC2: Hoàng Phê, *Từ Điển Tiếng Việt*, 56.

DMTL: Hoàng Phê, bt. *Từ Điển Tiếng Việt*. Viện Ngôn Ngữ Học: NXB Đà Nẵng, 2005.

Sách có nhiều tác giả

- **Sách có hai tác giả:**

GC1: Lawrence O. Richards và Sue Richards, *Every Woman In The Bible* (Nashville, Tenn.: Thomas Nelson, 1999), 78.

GC2: Richards and Richards, *Every Woman In The Bible*, 60.

DMTL: Richards, Lawrence O., và Sue Richards. *Every Woman In The Bible*. Nashville, Tenn.: Thomas Nelson, 1999.

- **Sách có ba tác giả:**

GC1: William Taylor, Reg Reimer, và Antonia van der Meer, *Sorrow & Blood* (William Carey Library, 2013), 37.

GC2: Taylor, Reimer, and Meer, *Sorrow & Blood*, 48.

DMTL: Taylor, William, Reg Reimer, và Antonia van der Meer. *Sorrow & Blood*. William Carey Library, 2013.

- *Sách có nhiều hơn ba tác giả:*

GC1: Purcell R. và cs., *A Guide to What Works for Depression in Young People*, pb. 2, (Beyondblue: Melbourne, 2013), 5.

GC2: Purcell R. và cs., *A Guide to What Works for Depression in Young People*, 12.

DMTL: Purcell R., Ryan S, Scanlan F., Morgan A., Callahan P., Allen N.B., và Jorm A.F. *A Guide to What Works for Depression in Young People*. Pb. 2. Beyondblue: Melbourne, 2013.

Sách có cả tác giả, người biên tập hoặc dịch giả:

GC1: Helmut Thielicke, *Thực Hành Nhỏ Dành Cho Những Nhà Thần Học Trẻ*, bd., Charles L. Taylor và Nguyễn Thị Kim Sương (Hà Nội: NXB Tôn Giáo, 2016), 12.

GC2: Helmut Thielicke, *Thực Hành Nhỏ Dành Cho Những Nhà Thần Học Trẻ*, 50.

DMTL: Thielicke, Helmut. *Thực Hành Nhỏ Dành Cho Những Nhà Thần Học Trẻ*. Biên dịch bởi Charles L. Taylor và Nguyễn Thị Kim Sương. Hà Nội: NXB Tôn Giáo, 2016.

Sách có nhiều tập:

GC1: Millard J. Erickson, *Thần Học Cơ Đốc Giáo*, t.1 (Hà Nội: NXB Văn Hoá Thông Tin, 2007), 98.

GC2: Erickson, *Thần Học Cơ Đốc Giáo*, 1:112.

DMTL: Erickson, Millard J. *Thần Học Cơ Đốc Giáo*. Tập 1. Hà Nội: NXB Văn Hoá Thông Tin, 2007.

Sách có ghi chú lần ấn bản:

GC1:   Bridget Clare McKeever và Howard J. Clinebell Jr
       Trustee, *Basic Types of Pastoral Care and Counseling:*
       Resources for the Ministry of Healing and Growth, pb. 3
       (Abingdon Press, 2011), 15–25.

GC2:   McKeever và Clinebell, *Basic Types of Pastoral Care and*
       Counseling, 60.

DMTL: McKeever, Bridget Clare, và Howard J. Clinebell Jr
       Trustee. *Basic Types of Pastoral Care and Counseling:*
       Resources for the Ministry of Healing and Growth. pb. 3.
       Abingdon Press, 2011.

Sách trong ứng dụng điện tử, phần mềm và không có thông tin về số trang:

Nếu sách trong phần mềm nhưng có thông tin số trang, thì ghi chú số trang cụ thể. Trong trường hợp tài liệu tham khảo lấy từ phần mềm, và không có số trang (như trường hợp của nhiều sách trong VietBible), hãy ghi chú vị trí của phần, bài của tài liệu bạn trích dẫn. Điều quan trọng là bạn phải cố gắng chỉ ra vị trí của tài liệu bạn đã tham khảo một cách cụ thể trong khả năng bạn có thể xác định được. Hãy xem ví dụ bên dưới.

GC1:   Đoàn Văn Miêng, *Những Bài Giảng Theo Sách Khải*
       Huyền (VietBible 3.2), Bài 4.

GC2:   Đoàn Văn Miêng, *Những Bài Giảng Theo Sách Khải*
       Huyền, Bài 4.

DMTL: Đoàn Văn Miêng, *Những Bài Giảng Theo Sách Khải*
       Huyền. VietBible 3.2.

Một chương trong sách có người biên tập:

GC1:   A. F. Walls, "History," trong *Dictionary of Mission Theology: Evangelical Foundations*, bt. John Corrie (Nottingham, England; Downers Grove, Ill: IVP Academic, 2007), 153-7.

GC2:   Walls, "History", 155.

DMTL: Walls, A. F. "History," trong *Dictionary of Mission Theology: Evangelical Foundations*. Biên tập bởi John Corrie. Nottingham, England; Downers Grove, Ill: IVP Academic, 2007.

Bài báo

GC1:   Sinclair B. Ferguson, "The Preacher's Decalogue," *Themelios* 36 (2011): 262.

GC2:   Ferguson, "The Preacher's Decalogue," 265.

DMTL: Feguson, Sinclair B. "The Preacher's Decalogue." *Themelios* 36 (2011): 261-68.

Tài liệu chưa xuất bản

• *Luận văn*

GC1:   Karen Leigh Culcasi, "Cartographic Representations of Kurdistan in the Print Media" (luận văn thạc sĩ, Syracuse University, 2003), 15.

GC2:   Culcasi, "Cartographic Representations of Kurdistan in the Print Media", 17.

DMTL: Culcasi, Karen Leigh. "Cartographic Representations of Kurdistan in the Print Media". Luận văn thạc sĩ, Syracuse University, 2003.

● *Bài Giảng, Bài Thuyết Trình*:

GC1:   Jerry Hwang, "Turning the Tables on Idol Feast" (Bài
        luận được thuyết trình trong chương trình hội thảo
        Ichthus của Singapore Bible College, Singapore, ngày 2
        Tháng Tám, 2010), 1.

GC2:   Hwang, "Turning the Tables on Idol Feast", 4.

DMTL: Hwang, Jerry. "Turning the Tables on Idol Feast". Bài
        luận được thuyết trình trong chương trình hội thảo
        Ichthus của Singapore Bible College, Singapore, ngày 2
        Tháng Tám, 2010.

Tài liệu trích dẫn trong một tài liệu khác (trung gian)

Là người nghiên cứu, chúng ta nên hạn chế tối đa sử dụng
loại tài liệu trích dẫn này. Khi gặp một tài liệu có một trích dẫn
giá trị, bạn có trách nhiệm phải tìm tài liệu gốc của trích dẫn đó
và trích dẫn từ tài liệu gốc đó. Việc làm này sẽ giúp bạn kiểm tra
được tính xác thực và ý nghĩa thực sự mà tác giả muốn nói đến
trong bối cảnh được trình bày trong tài liệu gốc.

Trong trường hợp bạn không thể tìm được tài liệu gốc, hãy
ghi chú trích dẫn theo hướng dẫn sau đây:

GC1:   F. Fénelon, *Spiritual Letters to Women*. (New Canana,
        Conn.: Keats, 1980), 24, được trích dẫn trong David G.
        Benner, *Tư Vấn Mục Vụ Có Chiến Lược: Khuôn mẫu ngắn
        hạn có kế hoạch*. (Hà Nội: NXB Tôn Giáo, 2016), 36.

GC2:   Fénelon, *Spiritual Letters to Women*, được trích dẫn bởi
        Benner, 36.

DMTL: F. Fénelon, *Spiritual Letters to Women*. (New Canana,
        Conn.: Keats, 1980), 24. Được trích dẫn trong Benner,
        David G. *Tư Vấn Mục Vụ Có Chiến Lược: Khuôn mẫu
        ngắn hạn có kế hoạch*. Hà Nội: NXB Tôn Giáo, 2016.

Trang Web

GC1: Đinh Kiều Nga, "Tín Ngưỡng Thờ Cúng Tổ Tiên, Bản Sắc Văn Hóa Của Người Việt," *Ban Tôn Giáo Chính Phủ Việt Nam*, truy cập vào 11/11/2016, http://btgcp.gov.vn/ Plus.aspx/vi/News/38/0/240/0/1426/Tin_nguong_tho_ cung_to_tien_ban_sac_van_hoa_cua_nguoi_Viet.

GC2: Đinh Kiều Nga, "Tín Ngưỡng Thờ Cúng Tổ Tiên, Bản Sắc Văn Hóa Của Người Việt."

DMTL: Đinh Kiều Nga. "Tín Ngưỡng Thờ Cúng Tổ Tiên, Bản Sắc Văn Hóa Của Người Việt." *Ban Tôn Giáo Chính Phủ Việt Nam*. Truy cập vào 11/11/2016. http://btgcp.gov.vn/ Plus.aspx/vi/News/38/0/240/0/1426/Tin_nguong_tho_ cung_to_tien_ban_sac_van_hoa_cua_nguoi_Viet.

Từ điển Kinh thánh

• Từ điển đơn:

GC1: "אדם," *BDB* 9.

GC2: *BDB* 10.

DMTL: Brown, Francis, S. R. Driver, và Charles A. Briggs. *The Brown-Driver-Briggs Hebrew and English Lexicon*. Peabody: Hendrickson Pub, 1994.

• Bộ từ điển gồm nhiều tập:

GC1: "עשה," *HALOT* 2:889-92.

GC2: HALOT 2:890.

DMTL: Koehler, Ludwig, Walter Baumgartner, và Johann Jakob Stamm. *The Hebrew and Aramaic Lexicon of the Old Testament*. 5 tập. New York: Brill, 1994-2000.

Tóm Tắt

Trích dẫn nguồn tài liệu đúng cách, theo đúng yêu cầu của chủng viện là một trong những yêu cầu cần thiết cho một bài viết mang tính học thuật.

Là một người nghiên cứu nghiêm túc, trích dẫn nguồn gốc của những thông tin, ý tưởng, câu từ mà bạn đã sử dụng là điều cần thiết. Khi trích dẫn nguồn tài liệu một cách cẩn thận, bạn không chỉ tôn trọng tác giả của những ý tưởng đó mà còn tôn trọng độc giả của bạn. Bạn đang cho thấy bạn nghiêm túc như thế nào đối với bài nghiên cứu này.

Khi trích dẫn tài liệu, bạn thông báo cho độc giả biết những nghiên cứu trong quá khứ là tiền đề, nền tảng cho phần nghiên cứu của bạn trong hiện tại. Điều này cũng làm cho những luận cứ trong bài của bạn có giá trị hơn cũng như giúp độc giả có thể tìm thấy những tài liệu quan trọng để nghiên cứu thêm ở phạm vi rộng hơn, sâu hơn.

Thói quen trích dẫn nguồn tài liệu sẽ bảo vệ bạn tránh khỏi lỗi vi phạm đạo văn. Chương 6 sẽ thảo luận chi tiết về đạo văn. Hãy tập thói quen trích dẫn tài liệu bất cứ khi nào bạn tham khảo ý tưởng, tài liệu từ người khác.

Chương 6

Đạo Văn

Công nghệ - bạn có thể yêu thích hay ghét nó, nhưng bạn không thể phớt lờ nó! Cho dù quan điểm của bạn là gì thì cũng phải nhắc tới nó. Một nhà thần học và là một người theo thuyết vị lai, đang đe dọa con mình về nguy hiểm của công nghệ (tức là máy vi tính, Internet, phòng chat, trò chơi điện tử và sự phổ biến của tin nhắn và hình ảnh được dễ dàng đăng tải lên điện thoại di động đang ngày càng gia tăng hơn bao giờ hết). Đứa con ngắt lời: "Hoặc là ba sử dụng nó, hoặc là ba đi gặp bác sĩ đi." Cho dù chúng ta có thích hay không, chúng ta cũng phải đối diện với những thách thức mà công nghệ đem đến.

Trong thế giới được quản lý bởi công nghệ, người ta không cần đến văn phòng để họp. Phần mềm hội nghị trực tuyến có thể tạo điều kiện thực hiện các cuộc họp có nhiều người. Bạn chỉ cần cài đặt bất kỳ con số chương trình hội nghị có sẵn nào, với máy quay trên máy vi tính của mình, để tận hưởng sự tương tác hình ảnh với nhiều người mà không phải ra khỏi văn phòng hay nhà. Nhờ sự thay đổi không ngừng của công nghệ, người ta có thể đi bằng ngón tay chứ không còn bằng bàn chân nữa. Lượng thông tin khổng lồ và các phương tiện vận chuyển thông tin luôn có sẵn để sử dụng. Bất kỳ ai với một máy vi tính kết nối Internet đều có thể vào thế giới thông tin mà cách đây chưa tới 25 năm đối với một người bình thường là điều không tưởng .

Công nghệ thay đổi không ngừng đem đến những thách thức mới. Thách thức số một mà các cơ sở học thuật hiện đang đối diện trong bài viết học thuật là đạo văn. Trước khi có sự tấn công dữ dội của công nghệ, những học giả làm việc trong các cơ sở hàn lâm đã biết đến từ đạo văn nhưng theo cách giới hạn. Ví dụ: trước khi máy vi tính trở thành một phần trong những vật dụng gia đình, cách duy nhất họ có thể đạo văn là đi đến thư viện, sao chụp vài trang từ một quyển sách và sao chép thông tin theo từng chữ một. Nếu người chấm bài không biết thông tin đó, sinh viên có thể dễ dàng thoát tội đạo văn. Tuy nhiên, đối với sinh viên mới hay học giả kinh nghiệm trong thời đại thông tin mới này, công nghệ tạo ra một cạm bẫy đạo văn lớn.

Trước khi nghiên cứu về đạo văn và những nguy hiểm của nó, chúng ta cần định nghĩa đạo văn.

Định Nghĩa Đạo Văn

Theo *The Penguin English Dictionary* định nghĩa hành động đạo văn là "nỗ lực phi pháp nhằm mạo nhận tác phẩm âm nhạc hay văn chương của người khác là của chính mình; là hành động sao chép mà không có sự cho phép hay công nhận".[1] Joseph Gibaldi nói đến hai tội ác của việc đạo văn: "Sử dụng ý tưởng, thông tin hay cách diễn đạt của người khác mà không ghi nhận công việc của họ là ăn cắp trí tuệ; và mạo nhận ý tưởng, thông tin hay cách diễn đạt của người khác là của mình để đạt điểm cao hơn hay có được lợi thế nào đó là lừa gạt".[2]

---

1. George N. Garmonsway và cs., bt. *The Penguin English dictionary* (Harmondsworth:Penguin Books, 1972), 535.
2. Joseph Gibaldi, bt. *MLA handbook for writers of research papers* (New York: The Modern Language Association of America, 2003).

Đạo văn là một vi phạm nghiêm trọng. Dùng công trình của một tác giả mà không thừa nhận công lao của tác giả đó là đang ăn cắp thông tin hay ý tưởng. Ngoài ra, đó còn là lừa dối vì truyền thông tin đi như thể thông tin đó là của chính mình. Gibaldi Mặc dù công bằng mà nói, nhiều khi người ta sao chép công trình của người khác cách vô tình hoặc do không hiểu biết về luật đạo văn. Đạo văn mà không chủ tâm lừa dối có thể là do cẩu thả; còn cố tình đạo văn là tội lừa dối trắng trợn. Đó là sự phá vỡ niềm tin nghiêm trọng.

Vì cáo buộc về đạo văn được xem là một vi phạm nghiêm trọng nên sinh viên phải tránh, cho dù là cám dỗ nhỏ nhất khi sử dụng tác phẩm của người khác và cho là của mình. Nếu bạn là sinh viên thần học thì càng phải tránh chuyện này hơn nữa, vì chúng ta phải "tránh mọi điều ác" (1 Tê 5:22).

Trước khi đi vào đạo văn là gì, và làm thế nào tránh đạo văn, sẽ là điều khôn ngoan khi phân tích đạo văn đã len lỏi vào giới học thuật như thế nào. Đạo văn không có giới hạn. Nó có thể tấn công bất kỳ người nghiên cứu, viết bài nào, từ một sinh viên đang viết tiểu luận cho trường, đến một học giả đang nghiên cứu luận án tiến sĩ. Công nghệ cám dỗ mọi người đi đường tắt lúc này hay lúc khác, nhất là khi áp lực tăng lên và hạn nộp bài đang đến gần. Đáng tiếc thay, cắt dán công trình của người khác, rồi mạo nhận là của mình vì áp lực thành công trong một xã hội phát triển nhanh là sự suy sụp của nhiều học giả mới (xem bên dưới).

Thực tế của công nghệ là một người không cần phải đến và ngồi trong thư viện hàng tiếng đồng hồ, nghiền ngẫm những quyển sách và ghi chép nhiều nữa. Nhờ có công nghệ, điều này nhanh chóng trở thành thói quen của quá khứ. Do đó, thực tế đáng tiếc là đạo văn phổ biến nhất trong vòng sinh viên là những người có thể truy cập Internet. Cám dỗ giảm tải khối lượng công việc và có nhiều thời gian rảnh cho các hoạt động khác làm cho đạo văn trở nên hấp dẫn.

Hãy suy nghĩ về điều này khi nói đến thông tin trên Internet. Google, một trong những công cụ dò tìm lớn nhất thậm chí còn bị người sử dụng đổi tên thành động từ. Chúng ta không nói "Vào Google nếu bạn cần thông tin", mà nói rằng "Sao anh không Google nó?" Thậm chí nếu có thể tìm giải pháp cho những thách thức về bản quyền Google còn có kế hoạch đưa hàng triệu quyển sách lên mạng trực tuyến. Một bài báo trên tờ New York Times[3] nói rõ rằng năm cơ sở hàn lâm chủ chốt đang hợp tác với Google Books để số hóa khoảng 15 triệu quyển sách và đưa chúng lên trang Google miễn phí. Đó là Harvard University, the University of Michigan, Standford University, the New York Public Library và Oxford University. Đây là những cơ sở chủ chốt khi cần đến thông tin, và họ đang làm cho thông tin được sử dụng miễn phí.

Chắc chắn, đây mới chỉ là khởi đầu. Các cơ sở khác, đặc biệt là MIT (Massachussetts Institute of Technology), họ có cái gọi là OCW (Open Course Ware). Đó là nơi họ "chia sẻ miễn phí các ghi chú của bài thuyết trình, đề thi và các tài liệu khác từ hơn 1.800 khóa học trong suốt toàn bộ chương trình giảng dạy của MIT."[4] Đáng tiếc thay, tiếp cận tài liệu chất lượng như thế trên Internet làm cho chuyện đạo văn càng hấp dẫn hơn.

Nghiên cứu được Prega Govender của báo *Sunday Times* thực hiện tiết lộ rằng hầu như mọi cơ sở đào tạo sau đại học ở Nam Phi và cả thế giới đang bị ảnh hưởng bởi nạn đạo văn của sinh viên. Tại Nam Phi năm 2007, các cơ sở sau đây tung ra báo cáo về đạo văn được phát hiện trong cơ sở của họ. Các trường hợp sau đã

---

3. Hafner, *New York Times*, ngày 21-11-2005.
4. Massachusetts Institute of Technology, "Unlocking knowledge, empowering minds". Truy cập vào 14-5-2008, http://ocw.mit.edu

được xác nhận trong sự trao đổi riêng với Govender và được phép nói đến ở đây.

- UNISA đã yêu cầu một giảng viên thâm niên môn lịch sử nghỉ việc sau khi ông sao chép bằng thạc sĩ của một sinh viên.
- Cũng tại đây, một giảng viên triết học đã bỏ dạy trước yêu cầu kỷ luật vì bị cáo buộc đạo văn.
- Tại Stellenbosch University, mười bảy trường hợp đạo văn được phát hiện năm 2006, trong đó có ba sinh viên theo học sau đại học.
- Tại University of the Free State, sáu sinh viên cao đẳng phải học lại các khóa học sau khi bị buộc tội đạo văn, và trường đã đuổi hai nghiên cứu sinh với cùng vi phạm đó.
- The University of Pretoria đã ghi lại hai mươi trường hợp đạo văn trong năm 2006, và rút lại một bằng thạc sĩ thương mại.

Trong các trường hợp khác, nhiều giáo sư và giảng viên lâu năm phải nghỉ việc trước những lý do bị cho là đạo văn.

Tuy nhiên, sự liêm chính của những cơ sở này vẫn không bị ảnh hưởng. Chỉ một phần trăm nhỏ các sinh viên đạo văn, và các cơ sở đã có biện pháp dập tắt chuyện đạo văn. Ví dụ: giáo sư Nick Grove, nhân viên đào tạo của University of Pretoria, nói họ xử lý ngay lập tức chuyện đạo văn trong vòng các sinh viên. "Cuối cùng, nếu bạn không xử lý, sự liêm chính trong bằng cấp của bạn (bằng cấp do trường cấp) chỉ là một mảnh giấy. Nếu người khác không tin, thì bạn gặp rắc rối lớn".[5]

Giáo sư Isobel Konyn thuộc Đại học KwaZulu-Natal nói:

Ảnh hưởng của xa lộ công nghệ tiếp tục được cảm nhận khắp trong xã hội. Trong phạm vi đào tạo sau đại học, nó đã đặt ra những thách thức

---

5. Trích dẫn bởi Govender 2007.

mới mà các trường đại học trên toàn cầu đang phải vật lộn để quản lý hiệu quả. Trước khi có sự nổi lên của Internet, một học giả có thể biết sinh viên có sẵn gì trong các tài liệu ở thư viện và các tác phẩm học thuật. Ngày nay, thách thức đó lớn hơn nhiều, và điều này khiến việc phát hiện và tiêu trừ đạo văn càng khó hơn.[6]

Nhiều cơ sở đang thiết lập các gói phần mềm để giảm thiểu hành vi xấu hổ này. Các tổ chức như Glalt và Turnitin.com được lập ra cách đặc biệt để xử lý chuyện đạo văn. Họ giúp sinh viên và các cơ sở hàn lâm nộp bài viết. Chương trình kiểm tra các tài liệu được nộp từ cơ sở dữ liệu của nguồn tài liệu.

Chúng ta phải giải quyết tai họa đang tác động không chỉ đến sự liêm chính của sinh viên, mà cả sự liêm chính của những cơ sở nơi họ theo học như thế nào?

Xử Lý Việc Đạo Văn

Bước đầu tiên trong việc giải quyết chuyện đạo văn là giáo dục sinh viên. Điều này phải được thực hiện ngay khi họ bước vào chương trình đào tạo sau đại học.

Có một cách đó là tạo một trang mạng với những câu hỏi và câu trả lời về chuyện đạo văn và buộc mỗi sinh viên phải xem trước khi viết bài. Thậm chí trường có thể bắt buộc sinh viên phải ký bản tuyên bố rằng họ hiểu đạo văn là gì, và hậu quả phải chịu nếu họ bị phát hiện đạo văn. Vì nhiều sinh viên đạo văn do không biết, nên chúng ta càng giáo dục họ sớm thì chúng ta càng ít thấy đạo văn trong bài làm của họ. Rõ ràng, sẽ vẫn có những sinh viên đạo văn, nhưng ít ra là họ cố tình làm chuyện đó và trong trường hợp đó, trường có quyền đưa ra bất cứ hành động nào để chống lại mà không phải đối diện khó khăn nào về tính hợp lý. Các cơ quan học thuật phải nói rõ rằng họ sẽ không dung thứ chuyện đạo

---

6. Được phép sử dụng từ Giáo sư Koynyn thuộc Đại học KwaZulu-Natal.

văn và sẵn sàng có hành động nghiêm khắc với những sinh viên đạo văn.

Bước thứ hai là có biện pháp kỷ luật với những sinh viên đạo văn. Mỗi cơ sở phải có qui trình của riêng mình về việc này. Tùy vào bản chất và tính nghiêm trọng của vi phạm, qui trình có thể bao gồm cảnh cáo, đánh rớt, đình chỉ hay đuổi học. Trong đa số trường hợp, qui trình sẽ bao gồm từng bước trên theo cách xử lý có tiến trình.

Tránh Đạo Văn

Bạn tránh đạo văn bằng cách ghi nhận chính xác, tức là đề cập các nguồn tài liệu. Đề cập tài liệu thường có hai yếu tố, quy gán (attribution) và tài liệu (documentation). Quy gán là hành động phân biệt bất kỳ ý tưởng hay cụm từ nào không phải của bạn, mà bạn thực hiện trong dấu trích dẫn và trích dẫn trong bài. Tài liệu nói đến việc cung cấp thông tin về nguồn của ý tưởng hay cụm từ không phải của bạn, và điều này được thực hiện qua những trích dẫn trong bài và danh mục tài liệu. Nghiên cứu trường hợp bên dưới cho thấy tại sao điều quan trọng là phải nhớ cả hai yếu tố.

Nhận Diện Đạo Văn

Các sinh viên thường đạo văn vì thiếu hiểu biết- họ nghĩ rằng họ chỉ cần trích dẫn khi dùng chính xác lời trích dẫn, mà không nhận biết rằng có nhiều tình huống khác đòi hỏi phải ghi nhận nguồn tài liệu. Trong phần này, chúng tôi sẽ trả lời một số câu hỏi giúp bạn nhận diện những tình huống mà bạn phải trích dẫn.

Tôi có đạo văn không khi sử dụng chính xác câu chữ của tác giả mà không để trong dấu trích dẫn, nhưng có trích dẫn tài liệu gốc trong phần trích dẫn trong bài? Có, bạn đạo văn mỗi khi bạn dùng chính xác từ ngữ của tác giả mà không đặt trong dấu trích dẫn, vì bạn đang truyền đạt cho người đánh giá mình rằng những lời này là hiểu biết và suy nghĩ của bản thân rút ra từ nghiên cứu của bạn.

Tôi có đạo văn không khi tôi chỉ đổi từ ngữ của tác giả bằng từ đồng nghĩa, miễn là tôi trích dẫn nguồn tài liệu ở cuối câu? Có, bạn đang đạo văn khi bạn dùng cấu trúc câu như trong tài liệu gốc vì, một lần nữa, ý tưởng và cách diễn đạt ý tưởng ban đầu không phải của bạn. Bạn không diễn giải ý tưởng ban đầu và do đó không thể xem như thể là bạn đã diễn giải. Bạn đang lừa dối, vì người chấm bài hiểu rằng mọi nội dung trong bài viết của bạn không có dấu trích dẫn là công trình riêng của bạn.

Tôi có đạo văn không khi tôi lấy nội dung của tài liệu gốc rồi trình bày theo ngôn từ của tôi, nhưng không trích dẫn tài liệu gốc? Có, bạn đã đạo văn, vì nội dung bạn viết không bắt nguồn từ bạn. Bạn chỉ nói theo ngôn từ của bạn. Bạn phải trích dẫn tài liệu gốc sau câu nói hay đoạn văn mà bạn đã diễn giải.

Còn việc dùng tài liệu trên Internet mà không có bản quyền thì sao? Có phải là đạo văn khi sử dụng mà không trích dẫn không? Có, đó là đạo văn, vì đạo văn là truyền đi nghiên cứu của người khác như thể đó là của mình.

Thông tin nào trong bài nghiên cứu của tôi không cần được trích dẫn? Bạn không cần trích dẫn các suy nghĩ, ý kiến cá nhân hay đánh giá của bạn về suy nghĩ của người khác. Bạn cũng không cần trích dẫn nguồn cho thông tin được xem là kiến thức phổ quát, chẳng hạn Table Mountain ở Cape Town hay Harare là thủ đô của Zimbabwe. Nếu thấy rằng hầu như tất cả tài liệu của bạn thừa nhận thông tin nào đó là kiến thức phổ quát, thì không nhất thiết phải trích dẫn nguồn tài liệu đối với thông tin đó. Ví dụ nếu bạn đang viết bài về Dead Sea Scrolls (Các Cuộn Biển Chết), bạn không cần trích dẫn nguồn tài liệu để chứng minh rằng chúng được tìm thấy vào năm 1947 gần Biển Chết.

Hủy Hoại Bài Nghiên Cứu

Nghiên cứu để viết bài luận phục vụ nhiều chức năng khác nhau trong sự phát triển mang tính cá nhân và học thuật của bạn. Trước hết, suy nghĩ sâu xa về một đề tài khi phải vật lộn với nhiều tài liệu khác nhau không chỉ nâng cao hiểu biết về đề tài đó, mà còn giúp cho việc học hỏi được lâu dài - bạn sẽ không dễ dàng quên điều bản thân bạn đã cố gắng tìm hiểu. Ngoài ra, nó còn phát triển một trong những kỹ năng sống quan trọng nhất mà bạn có thể có được - khả năng tự mình suy nghĩ! Bạn có được khả năng suy nghĩ qua các ý kiến khác nhau về những vấn đề khó, giải quyết và trình bày những xác tín cá nhân. Thứ ba, nó dạy bạn kỹ năng giải quyết vấn đề. Học hỏi dựa trên khám phá cho bạn năng lực giải quyết các vấn đề có thực trong cuộc sống. Bạn học cách tìm các nguồn tài liệu tốt nhất và sử dụng chúng với óc phản biện. Bạn học cách phân tích, so sánh, tóm tắt, vân vân.

Khi thay thế việc hình thành xác tín của riêng mình qua sự khám phá cá nhân (nghiên cứu) bằng việc 'cắt-dán' những suy nghĩ của người khác là bạn lừa gạt chính mình về những bài học giá trị nhất của nền giáo dục sau đại học. Bạn phải thành thật nói rằng bạn có được hiểu biết và hình thành những xác tín qua nghiên cứu bạn đã thực hiện. Khi bạn đạo văn, bạn vi phạm tất cả những mục tiêu của nghiên cứu và đánh mất giá trị giáo dục sau đại học. Thật vậy, bạn đang lãng phí thời gian của bạn và của giáo viên.

Thách Thức Những Người Đạo Văn

Nếu bạn thường hay đi đường tắt, mạo nhận công trình của người khác là của mình thay vì thực hiện các việc phải làm, thì chúng tôi có vài câu hỏi cho bạn.

- Bạn có thể học được gì khi chỉ 'cắt và dán'? Không có bằng chứng rằng bạn hiểu tài liệu cho đến khi bạn giải thích được thông tin bạn đang trình bày bằng ngôn từ của bạn.

- Bạn chuẩn bị mình cho chức vụ như thế nào khi tập trung cắt dán thông tin với mục đích lừa dối người chấm bài của bạn? Ngay cả nếu bạn thành công trong việc đánh lừa họ đi nữa thì chẳng phải bạn đang tự lừa dối mình, hy sinh sự chính trực của mình và phản bội Cứu Chúa của bạn sao?

- Bạn rèn luyện được kỹ năng tư duy và viết lách nào khi thay lời nói của người khác bằng ngôn từ của chính mình? Bạn không nghĩ rằng bạn đang lấy đi của mình cơ hội học những kỹ năng tư duy và truyền thông quan trọng mà một ngày nào đó bạn sẽ cần đến trong chức vụ sao?

Chúng tôi hiểu tại sao sinh viên lừa dối để có bằng thương mại hay luật, nhưng lừa dối để lấy bằng thần học thì giống như ăn cắp Kinh thánh - làm sao Chúa ban phước cho bạn được? Bằng cấp thần học sẽ có ích lợi gì đối với một người không có sự chính trực?

Đạo văn là một vi phạm nghiêm trọng. Tránh đạo văn là trách nhiệm *của bạn*. Thiếu hiểu biết không phải là lời bào chữa. Bạn phải biết đạo văn là gì và bảo đảm mình không làm điều đó. Cách duy nhất để tự bảo vệ mình là nhớ những từ này: trích tài liệu, trích dẫn nguồn!

Chương 7

Định Dạng Bài Viết Học Thuật

Mục đích của chương này là đưa ra những mẹo nhỏ trong việc định dạng một bài viết học thuật. Sau khi mô tả vài nguyên tắc, chúng tôi trình bày các trang mẫu để minh họa những chi tiết quan trọng trong việc định dạng đúng. Chúng tôi đề nghị bạn nghiên cứu kỹ và dùng chúng như khuôn mẫu để định dạng bài viết của mình.

Trang Bìa

Trang bìa của một luận văn thạc sĩ hay của bài luận phải có các yếu tố sau:

- Tựa đề bài viết
- Tên người viết
- Tính chất của bài viết
- Học vị
- Cơ sở học thuật
- Ngày nộp
- Giáo sư hay người đánh giá

Hình 1 minh hoạ trang bìa của một luận văn hoặc luận án. Tất cả các mục đều được canh giữa trang. Tựa đề trên cùng, tiếp theo là tên tác giả. Kế đến là mô tả tính chất bài viết; trong ví dụ này là luận án nộp để lấy học vị. Nếu bài nộp chỉ là một phần trong các yêu cầu, thì từ ngữ sẽ đổi thành "để hoàn tất một phần yêu cầu của ….", ví dụ "Tiểu luận nộp để hoàn tất một phần yêu cầu của học vị Thạc sĩ Thần Học". Ba mục sau cùng là tên cơ sở học thuật, ngày nộp và giáo sư hướng dẫn.

Hình 2 minh hoạ trang bìa một bài viết của môn học. Tên của bài viết ở trên cùng. Sau tên của sinh viên là số bài viết, môn học, chương trình học và tên trường. Cuối cùng là ngày nộp và tên của giáo sư sẽ đánh giá bài viết. Nếu bài nộp không phải là bài tập, bạn có thể thay 'Bài tập 1' bằng những tên gọi khác như báo cáo, tài liệu, bài luận hay điểm sách. Một lần nữa, lưu ý rằng tất cả các mục trên trang bìa đều được canh giữa. Một số cơ sở yêu cầu bạn viết tựa đề bài viết bằng chữ hoa hoặc in đậm hoặc in nghiêng.

Lời Cam Đoan Và Đề Tặng
(chỉ áp dụng đối với luận văn)

Luận văn và luận án phải có lời cam đoan có ký tên, nêu rõ rằng công trình này là của tác giả. Lời cam đoan nằm trên một trang riêng biệt. Tác giả phải ký tên và ghi ngày tháng. Đây là cách viết tiêu biểu:

Tôi, ký tên dưới đây, xin cam đoan luận án này là công trình nghiên cứu của chính tôi, và trước đây chưa từng nộp toàn bộ hay một phần của luận án này cho bất kỳ cơ sở học thuật nào để lấy học vị.

Ký tên: _____ Ngày: _____

Một luận văn hay luận án cũng có thể có lời đề tặng cho gia đình, bạn bè hoặc đồng nghiệp, những người đã hỗ trợ thực hiện bài nghiên cứu. Lời đề tặng như thế nằm trên một trang riêng sau lời cam đoan.

Bản Tóm Lược Luận Văn (Abstract)

Luận án, luận văn và đề cương nghiên cứu thường phải có một *bản tóm lược*. Bản tóm lược luận văn là tóm tắt ngắn gọn bài nghiên cứu và những phát hiện trong bài. Abstracts giải thích nội dung và mục đích của bản tóm lược như sau[1]:

> Bản tóm lược là một đoạn văn, thường từ 100 đến 350 từ, trình bày lời khẳng định chính và lập luận của bài viết. Bản tóm lược trình bày tất cả trọng điểm sao cho người đọc có được tổng quan rõ ràng về nội dung của bài luận. Nó phải bao gồm một vài điều bạn muốn người đọc nhớ lâu hơn sau khi quên hết mọi chi tiết của bài viết. Ví dụ, tập san khoa học thường in bản tóm lược ở đầu các bài viết để độc giả có thể quyết định nhanh bài báo có thích hợp hay thú vị không. Nếu độc giả quyết định đọc toàn bộ bài báo, thì bản tóm lược là bản đồ của lập luận hay phần thảo luận của tác giả.

Viết bản tóm lược trên một trang riêng trước trang mục lục. Tiêu đề là 'bản tóm lược' hay 'bản tóm tắt', được viết như một tiêu đề chính. Phần thân của bản tóm lược được viết theo cùng kiểu trình bày như phần còn lại của bài viết, thường là khoảng cách dòng 1,5 (ở một vài trường là dòng đôi) và canh giữa hoặc canh trái. Hình 3 là một ví dụ điển hình của một bản tóm lược. Tùy theo yêu cầu của trường mà trang này có thể hoặc không cần đánh số (xem hướng dẫn bên dưới về đánh số trang).

Mục Lục

Mọi bài viết học thuật, ngoài trừ các bài tập rất ngắn, đều phải có trang mục lục. Mục lục bắt đầu trên một trang mới. Là bảng hướng dẫn, mục lục phải có các tiêu đề chính và một hay hai cấp tiêu đề phụ. Trong một bài viết, các tiêu đề chính sẽ là cấp tiêu đề đầu tiên trong bài. Trong một luận văn, các tiêu đề chính trong

---

1. "Abstracts", *Princeton Writing Program*, cập nhật 1999, truy cập vào 10-5-2008, http://web.princeton.edu, 1.

mục lục thường là đề mục của chương; hai cấp tiêu đề đầu tiên trong chương cũng được liệt kê trong mục lục. Mỗi tiêu đề trong mục lục đều có số trang bên phải. Nếu các tiêu đề của bạn được đánh số trong bài viết, thì cũng ghi số trong mục lục.

Biểu đồ (Hình 4) mô tả một mục lục khá tiêu biểu cho một luận văn. Chương trình xử lý văn bản (ví dụ: MS Word; OpenOffice Writer) có các chức năng giúp bạn tự động tạo và cập nhật mục lục. Để làm điều này, bạn cần sử dụng cách trình bày gắn liền với tiêu đề (thường được gọi là Heading 1, Heading 2, ...). Lợi ích tuyệt vời của việc sử dụng chức năng gắn liền để tạo trang mục lục là nó sẽ luôn cho số trang đúng và, nếu bạn biên tập tài liệu, nó có thể nhanh chóng sửa đổi mục lục cho khớp với các trang được thay đổi.

Các Trang Thường

Các cơ sở học thuật có những hướng dẫn chuẩn về cách định dạng phần thân chính của bài viết. Ví dụ, tại Viện Thần học Nam Phi, có các yêu cầu như sau:

Font:	Arial
Cỡ chữ:	12 point
Khoảng cách dòng:	1,5
Canh lề:	canh giữa hoặc canh trái
Khổ giấy:	A4
Lề giấy:	2,5 đến 3,0cm tất cả các cạnh
Đoạn trích dài:	thụt vào ± 1cm từ lề trái và lề phải
Tiêu đề:	đánh số hợp lý, được cách điệu hóa
Chính tả:	English UK
Số trang:	chính giữa cuối trang, hoặc góc phải
Tham chiếu:	hệ thống tác giả-năm

Những hướng dẫn này cho sinh viên biết cách định dạng bài viết để nộp cho viện. Là sinh viên, bạn nên lập trình chương trình xử lý văn bản với những cài đặt mặc định (được gọi là tạo mẫu). Bạn có thể cài đặt chương trình xử lý sao cho khổ giấy là A4, kiểu chữ mặc định là Arial 12, khoảng cách dòng là 1.5, chính tả là English UK,... Cụ thể, bạn nên học cách dùng style sheets trong chương trình xử lý văn bản. Các kiểu (styles) thường gồm các kiểu tiêu đề đã được định; sử dụng đúng giúp cho việc biên tập dễ dàng hơn nhiều.

> **Mẹo về chuyên môn**
> *Hãy học cách dùng chương trình xử lý văn bản. Nó sẽ giúp bạn tiết kiệm hàng trăm tiếng đồng hồ trong tương lai.*

Một trang bài viết được định dạng đúng sẽ hơi giống ví dụ trong Hình 6. Bài viết được thực hiện với khoảng cách dòng 1.5 và định lề phù hợp. Có một đoạn trích dài, thụt vào cả hai lề. Trang được đánh số rõ ràng và các đoạn văn mới được báo hiệu bởi một khoảng cách *nhỏ*. Có một tiêu đề được đánh dấu rõ ràng (được đánh số và in đậm). Trang bài viết nhìn gọn gàng. Không có các khoảng trống lớn giữa các đoạn văn.

Ngược lại, hãy nhìn một trang mẫu trong Hình 7. Tiêu đề không nổi bật vì nó không được đánh số hay dùng kiểu trình bày. Không có header và không có số trang. Trang này cũng minh họa một lỗi các sinh viên thường mắc phải - chừa những khoảng trống lớn xấu xí giữa các đoạn văn. Họ làm như vậy vì nhấn 'Enter' hai lần mỗi khi bắt đầu một đoạn văn mới. Đừng gõ "Enter" hai lần khi bắt đầu một đoạn văn mới! Có hai cách đánh dấu đoạn văn mới có thể chấp nhận được. Cách thứ nhất là thụt vào một chút ở dòng đầu tiên của mỗi đoạn văn. Nếu bạn dùng cách này, bạn sẽ không có thêm khoảng trống giữa các đoạn văn. Cách còn lại là chỉnh định dạng đoạn văn chừa nửa hàng trước và sau mỗi đoạn văn. Cách này sẽ chừa một khoảng trống nhỏ giữa các đoạn văn, đủ để báo hiệu nơi bắt đầu một đoạn mới, nhưng không đủ để cho thấy những khoảng trống trắng xấu xí. Bạn có thể cài đặt chương trình xử lý văn bản làm công việc này trong 'paragraph' (gợi ý: trong MS Word, giữ Ctrl +Shift + 0). Mọi ví dụ ở cuối chương đều dùng cách thứ hai.

Headers và Footers (Đầu Trang và Chân Trang)

Header là một phần của trang nằm phía trên phần chính của văn bản. Footer là phần tương ứng nằm ở cuối trang. Trong header, viết tựa đề bài viết hoặc, đề mục của chương đối với luận văn và luận án. Đánh số trang vào footer (xem Hình 6). Trang đầu tiên của chương và trang bìa của bài viết không có header vì tựa đề được viết ở đầu trang (xem Hình 5). Đánh số trang nội dung đầu tiên của luận văn hay bài viết là trang 1. Bạn có thể không đánh số những trang đầu (ví dụ: trang bìa, mục lục, v.v...) hoặc bạn có thể đánh số theo định dạng khác (ví dụ: i, ii, iii ... hay a, b, c...). Bạn nên xác định header/footer ở khoảng giữa lề và văn bản. Các chương trình xử lý văn bản có chức năng gắn liền để cài đặt header và footer. Bạn sẽ phải học cách các chương trình xử lý văn bản của bạn thực hiện một tiêu đề khác trên trang đầu tiên của một phần bài luận và cách nó cho phép bạn dùng các kiểu đánh số trang khác nhau cho các phần khác nhau như thế nào, tức là một kiểu cho các trang đầu, và một kiểu khác cho các trang còn lại.

Trang Đầu

Chừa thêm khoảng trống ở đầu trang đầu tiên của một chương, bài báo hay bài viết, cũng như đầu các trang có bản tóm lược, mục lục hay danh mục tài liệu. Chúng tôi đề nghị bạn chừa khoảng 5 centimet (2 inches) giữa lề đầu trang và tựa bài. Viết tựa bài bằng cỡ chữ lớn, đậm, canh giữa. Trang đầu tiên của toàn bộ tài liệu nên đánh số 1. Ví dụ trong Hình 5 cho thấy trang đầu tiên của luận văn như thế nào. Có khoảng trống từ lề đầu trang, đến số chương, tiếp theo là tên của chương. Cuối cùng, chú ý khoảng cách giữa tên chương và đoạn văn.

Liệt Kê Theo Kiểu Đánh Số Và Ký Hiệu

Nếu bạn cần đánh số các mục trong một đoạn, bạn có thể thực hiện bằng cách đặt số hay chữ cái liên tiếp trong ngoặc đơn, chẳng hạn (1)...(2)...(3)... hoặc (a)...(b)...(c)... Đừng thay đổi qua lại giữa hai kiểu này; chỉ chọn một và dùng nhất quán. Chấm câu bình thường ở những mục này. Mỗi mục là một câu hoàn chỉnh, viết hoa chữ cái đầu và kết thúc câu bằng dấu chấm. Nếu các mục là một phần của câu, thì tách chúng bằng dấu phẩy hoặc dấu chấm phẩy. Dưới đây là một ví dụ:

Cách giải thích các sách Thi Thiên của những nhà Cải Chánh nhấn mạnh (a) giá trị của tiêu đề, (b) nhu cầu hiểu các Thi Thiên trong bối cảnh lịch sử của chúng và (c) tính chất tiên tri - Mê-si-a của cả Thi Thiên, xem Đa-vít là hình bóng về Đấng Mê-si-a.

Các liệt kê theo kiểu đánh số hay ký hiệu cần được lùi vào một chút từ lề trái và cài đặt để sử dụng hanging indent (kiểu sắp chữ sao cho tất cả các dòng đều thụt vào ngoại trừ dòng đầu tiên) (xem Hình 8). Nếu mỗi mục liệt kê là một câu hoàn chỉnh, thì kết thúc bằng dấu chấm. Nếu tất cả các mục tạo thành một câu đơn, thì tách chúng bằng dấu phẩy hoặc chấm phẩy và đặt dấu chấm sau mục cuối cùng. Nếu chúng chỉ là các đoạn được liệt kê, đừng dùng dấu câu nào ở cuối câu. Một liệt kê được đánh dấu đầu hàng có câu hoàn chỉnh sẽ như sau:

- It orginated within an eschatological milieu.
- The figures to whom the Psalms are attributed were regarded as future-predicative prophets.
- Certain psamls describe a person or event in such glowing terms that the language far exceeds the reality of any historical king or battle.
- The very inclusion of royal psamls in the Psalter suggests that the redactor understood them to refer to a future mashiah –king.

Bảng Biểu Và Hình

Bảng biểu (xem Hình 9). Bảng biểu là những công cụ có sức mạnh trình bày lượng thông tin lớn với dạng thức cô đọng bằng thị giác, giúp người đọc nhìn thấy ngay tổng thể. Các kiểu hướng dẫn chính (ví dụ: APA, MLA, Turabian, Chicago) đưa ra những chỉ dẫn bao quát liên quan đến cách trình bày các loại dữ liệu khác nhau bằng bảng biểu. Nếu bạn cần sử dụng các bảng biểu có tính chuyên môn phức tạp để trình bày dữ liệu của mình, bạn nên tham khảo một trong những kiểu trên. Mỗi lần dùng bảng biểu, bạn phải đặt tên cho nó gồm ba phần: (a) bảng, (b) số và (c) lời chú thích mô tả, ví dụ như: Bảng 7: Những điểm giống nhau trong tiêu đề của Thi Thiên 3 và 7. Nhãn có thể được gắn ở trên hoặc ở dưới bảng (nhất quán trong vị trí). Hễ khi nào bạn nói đến một bảng như vậy trong bài viết, hãy nhắc đến theo số của nó (ví dụ: trong Bảng 7,...).

Hình (xem Hình 10). Đồ thị, biểu đồ, bản đồ, bản vẽ và hình ảnh đều được xếp vào loại 'hình'. Mỗi khi bạn đưa một trong những thứ này vào bài viết, bạn phải đặt tên nó để nhận diện chính xác. Nhãn phải có ba phần: (a) hình, (b) số và (c) lời chú thích mô tả. Đây là ví dụ: Hình 6.4 Biểu đồ tóm tắt tiến trình giải kinh. Tất cả đồ thị, biểu đồ, bản đồ, v.v... được gọi là 'hình'. Con số bảo đảm cho hình được nhận diện dễ dàng. Tên gọi tóm tắt nội dung của biểu đồ. Nhãn có thể đặt ở trên hoặc ở dưới hình. Phải nhất quán trong vị trí gắn nhãn. Hoặc là tất cả ở trên, hoặc tất cả ở dưới; đừng thay đổi. Khi đặt tên một hình, tất cả mọi tham chiếu trong bài phải nói đến số của hình. Nếu tác giả muốn ám chỉ với độc giả hình mẫu ở trên, tác giả phải gọi là 'Hình 6.4'.

Danh Mục Tài Liệu

Danh mục tài liệu (xem Hình 11) thường được gọi là 'các tài liệu trích dẫn'. Nó bắt đầu trên một trang mới. Định dạng tiêu đề 'các tài liệu được trích dẫn' như tiêu đề cấp 1. Trong trường hợp bài viết có nhiều chương, hãy định dạng danh mục tài liệu như một đề mục của chương, chừa khoảng trống giữa lề trên và nhãn. Đối với những bài viết nhỏ hơn, chỉ cần tạo như tiêu đề cấp 1. Sau đó, liệt kê các mục theo thứ tự abc theo họ của tác giả. Kiểu sắp xếp đoạn văn cho các mục trong danh mục tài liệu là hanging indent. Xác định dòng đầu tiên của mục từ lề trái; các dòng tiếp theo thụt vào khoảng 1.25 centimet. Để tạo hanging indent, dùng paragraph settings trong chương trình xử lý văn bản. Đừng chừa hàng trống giữa các mục. Cuối cùng, khi có nhiều mục cùng một tác giả, đừng lặp lại tên. Thay vào đó, dùng một đường gạch ngắn cho mỗi mục sau đó.

ĐỨC GIÊ-HÔ-VA LÀ "NƠI KÍN ĐÁO"

TRONG THI THIÊN 27

Bởi

Nguyễn Văn Bình

Một luận văn được nộp để hoàn tất yêu cầu của chương trình

Cử Nhân Thần Học

tại Trường Thánh Kinh Thần Học Hà Nội

Tháng 4 Năm 2017

Giáo sư hướng dẫn: Dr. Daniel C. Owens

Hình 1: Trang Bìa của Luận Văn

NGUỒN GỐC VÀ ĐẶC ĐIỂM

CỦA CÁC HỆ PHÁI TIN LÀNH Ở HÀ NỘI

Bởi

Daniel C. Owens

Bài Tập 1

TH301 Lịch Sử Hội Thánh Tin Lành Việt Nam

Cử Nhân Thần Học

Trường Thánh Kinh Thần Học Hà Nội

Tháng 4 Năm 2017

Giáo sư: Mục sư Phùng Quang Huyến

Hình 2: Trang Bìa của Bài Viết

Tóm Lược

Lorem ipsum dolor sit amet, consectetuer adipiscing elit. Aenean commodo ligula eget dolor. Aenean massa. Cum sociis natoque penatibus et magnis dis parturient montes, nascetur ridiculus mus. Donec quam felis, ultricies nec, pellentesque eu, pretium quis, sem. Nulla consequat massa quis enim. Donec pede justo, fringilla vel, aliquet nec, vulputate eget, arcu. In enim justo, rhoncus ut, imperdiet a, venenatis vitae, justo. Nullam dictum felis eu pede mollis pretium. Integer tincidunt. Cras dapibus. Vivamus elementum semper nisi.

Aenean vulputate eleifend tellus. Aenean leo ligula, porttitor eu, consequat vitae, eleifend ac, enim. Aliquam lorem ante, dapibus in, viverra quis, feugiat a, tellus. Phasellus viverra nulla ut metus varius laoreet. Quisque rutrum. Aenean imperdiet. Etiam ultricies nisi vel augue. Curabitur ullamcorper ultricies nisi. Nam eget dui. Etiam rhoncus. Maecenas tempus, tellus eget condimentum rhoncus, sem quam semper libero, sit amet adipiscing sem neque sed ipsum. Nam quam nunc, blandit vel, luctus pulvinar, hendrerit id, lorem.

iii

Hình 3: Bản Tóm Lược

Mục Lục

Hình 4: Mục Lục

Chương 1

Giới Thiệu

1.1 Bối Cảnh

Lorem ipsum dolor sit amet, consectetuer adipiscing elit. Aenean commodo ligula eget dolor. Aenean massa. Cum sociis natoque penatibus et magnis dis parturient montes, nascetur ridiculus mus. Donec quam felis, ultricies nec, pellentesque eu, pretium quis, sem. Nulla consequat massa quis enim. Donec pede justo, fringilla vel, aliquet nec, vulputate eget, arcu. In enim justo, rhoncus ut, imperdiet a, venenatis vitae, justo. Nullam dictum felis eu pede mollis pretium. Integer tincidunt. Cras dapibus. Vivamus elementum semper nisi. Aenean vulputate eleifend tellus. Aenean leo ligula, porttitor eu, consequat vitae, eleifend ac, enim. Aliquam lorem ante, dapibus in, viverra quis, feugiat a, tellus. Phasellus viverra nulla ut metus varius laoreet. Quisque rutrum. Aenean imperdiet. Etiam ultricies nisi vel augue. Curabitur ullamcorper ultricies nisi. Nam eget dui. Etiam rhoncus.

Maecenas tempus, tellus eget condimentum rhoncus, sem quam semper libero, sit amet adipiscing sem neque sed ipsum. Nam quam nunc, blandit vel, luctus pulvinar, hendrerit id, lorem. Maecenas nec odio et ante tincidunt tempus. Donec vitae sapien ut libero venenatis faucibus. Nullam quis ante. Etiam sit amet orci eget eros faucibus tincidunt. Duis leo. Sed fringilla mauris sit amet nibh. Donec sodales sagittis magna. Sed consequat, leo eget bibendum sodales, augue velit cursus nunc, quis gravida magna mi a libero. Fusce vulputate eleifend sapien. Vestibulum purus quam, scelerisque ut, mollis sed, nonummy id, metus. Nullam accumsan lorem in dui. Cras ultricies mi eu turpis hendrerit fringilla. Vestibulum ante ipsum primis in faucibus orci luctus et ultrices posuere cubilia Curae; In ac dui quis mi consectetuer lacinia. Nam pretium turpis et arcu.

Duis arcu tortor, suscipit eget, imperdiet nec, imperdiet iaculis, ipsum. Sed aliquam ultrices mauris. Integer ante arcu, accumsan a, consectetuer eget, posuere ut, mauris. Praesent adipiscing. Phasellus ullamcorper ipsum rutrum nunc. Nunc nonummy metus. Vestibulum volutpat pretium libero. Cras id dui. Aenean ut eros et nisl sagittis vestibulum. Nullam nulla

1

Hình 5: Trang Đầu Tiên

1.1 Bối Cảnh

Ultricies sit amet, nonummy id, imperdiet feugiat, pede. Sed lectus. Donec mollis hendrerit risus. Phasellus nec sem in justo pellentesque facilisis. Etiam imperdiet imperdiet orci. Nunc nec neque. Phasellus leo dolor, tempus non, auctor et, hendrerit quis, nisi. Curabitur ligula sapien, tincidunt non, euismod vitae, posuere imperdiet, leo. Maecenas malesuada. Praesent congue erat at massa.

> [4]Tôi đã xin Đức Giê-hô-va một điều
> Và sẽ tìm kiếm điều ấy.
> Đó là tôi muốn trọn đời tôi
> Được ở trong nhà Đức Giê-hô-va
> Để nhìn xem sự tốt đẹp của Đức Giê-hô-va
> Và cầu hỏi trong đền của Ngài.
> [5]Vì trong ngày tai họa,
> Ngài sẽ che chở tôi trong lều của Ngài,
> Giấu tôi nơi kín đáo của trại Ngài,
> Và Ngài sẽ đặt tôi trên một vầng đá. (Thi 27:4–5)

Vestibulum ante ipsum primis in faucibus orci luctus et ultrices posuere cubilia Curae; Sed aliquam, nisi quis porttitor congue, elit erat euismod orci, ac placerat dolor lectus quis orci. Phasellus consectetuer vestibulum elit. Aenean tellus metus, bibendum sed, posuere ac, mattis non, nunc. Vestibulum fringilla pede sit amet augue. In turpis. Pellentesque posuere. Praesent turpis. Aenean posuere, tortor sed cursus feugiat, nunc augue blandit nunc, eu sollicitudin urna dolor sagittis lacus. Vestibulum ante ipsum primis in faucibus orci luctus et ultrices posuere cubilia Curae; Fusce id purus. Ut varius tincidunt libero. Phasellus dolor. Maecenas vestibulum mollis diam. Pellentesque ut neque.

Pellentesque habitant morbi tristique senectus et netus et malesuada fames ac turpis egestas. In dui magna, posuere eget, vestibulum et, tempor auctor, justo. In ac felis quis tortor malesuada pretium. Pellentesque auctor neque nec urna. Proin sapien ipsum, porta a, auctor quis, euismod ut, mi. Aenean viverra rhoncus pede. Pellentesque habitant morbi tristique senectus et netus et .

Sed cursus turpis vitae tortor. Donec posuere vulputate arcu. Phasellus accumsan cursus velit. Phasellus dolor. Maecenas vestibulum mollis diam. Pellentesque ut neque habitant

Hình 6: Trang Định Dạng Đúng

Chương 2: Các Yêu Cầu Luận Văn ở Nam Phi

Đặc Điểm Văn Chương

Phasellus nec sem in justo pellentesque facilisis. Etiam imperdiet imperdiet orci. Nunc nec neque. Phasellus leo dolor, tempus non, auctor et, hendrerit quis, nisi. Curabitur ligula sapien, tincidunt non, euismod vitae, posuere imperdiet, leo. Maecenas malesuada. Praesent congue erat at massa. Sed cursus turpis vitae tortor. Donec posuere vulputate arcu. Phasellus accumsan cursus velit.

> [4]Tôi đã xin Đức Giê-hô-va một điều
> Và sẽ tìm kiếm điều ấy.
> Đó là tôi muốn trọn đời tôi
> Được ở trong nhà Đức Giê-hô-va
> Để nhìn xem sự tốt đẹp của Đức Giê-hô-va
> Và cầu hỏi trong đền của Ngài.
> [5]Vì trong ngày tai họa,
> Ngài sẽ che chở tôi trong lều của Ngài,
> Giấu tôi nơi kín đáo của trại Ngài,
> Và Ngài sẽ đặt tôi trên một vầng đá. (Thi 27:4–5)

Vestibulum ante ipsum primis in faucibus orci luctus et ultrices posuere cubilia Curae; Sed aliquam, nisi quis porttitor congue, elit erat euismod orci, ac placerat dolor lectus quis orci. Aenean posuere, tortor sed cursus feugiat, nunc augue blandit nunc, eu sollicitudin urna dolor sagittis lacus. Donec elit libero, sodales nec, volutpat a, suscipit non, turpis. Nullam sagittis. Suspendisse pulvinar, augue ac venenatis condimentum, sem libero volutpat nibh, nec pellentesque velit pede quis nunc. Vestibulum ante ipsum primis in faucibus orci luctus et ultrices posuere cubilia Curae; Fusce id purus. Ut varius tincidunt libero. Phasellus dolor. Maecenas vestibulum mollis diam. Pellentesque ut neque.

17

Hình 7: Trang Định Dạng Kém

Chương 1: Giới Thiệu

Pellentesque habitant morbi tristique senectus et netus et malesuada fames ac turpis egestas. In dui magna, posuere eget, vestibulum et, tempor auctor, justo. In ac felis quis tortor velit ornare lobortis. Curabitur a felis in nunc fringilla tristique. Morbi mattis ullamcorper velit. Phasellus gravida semper nisi. Nullam vel sem. Pellentesque libero tortor, tincidunt et, tincidunt eget, semper nec, quam. Sed hendrerit. Morbi ac felis. Nunc egestas, augue at pellentesque laoreet, felis eros vehicula leo, at malesuada velit leo quis pede.

1. Lorem ipsum dolor sit amet, consectetuer adipiscing elit. Aenean commodo ligula eget dolor. Aenean massa. Cum sociis natoque penatibus et magnis dis parturient montes, nascetur ridiculus mus.

2. Donec quam felis, ultricies nec, pellentesque eu, pretium quis, sem. Nulla consequat massa quis enim. Donec pede justo, fringilla vel, aliquet nec, vulputate eget, arcu. In enim justo, rhoncus ut, imperdiet a, venenatis vitae, justo.

Donec interdum, metus et hendrerit aliquet, dolor diam sagittis ligula, eget egestas libero turpis vel mi. Nunc nulla. Fusce risus nisl, viverra et, tempor et, pretium in, sapien. Donec venenatis vulputate lorem. Morbi nec metus. Phasellus blandit leo ut odio. Maecenas ullamcorper, dui et placerat feugiat, eros pede varius nisi, condimentum viverra felis nunc et lorem. Sed magna purus, fermentum eu, tincidunt eu, varius ut, felis. In auctor lobortis lacus. Quisque libero metus, condimentum nec, tempor a, commodo mollis, magna. Vestibulum ullamcorper mauris at ligula. Fusce fermentum. Nullam cursus lacinia erat. Praesent blandit laoreet nibh. Fusce convallis metus id felis luctus adipiscing. Pellentesque egestas, neque sit amet convallis pulvinar, justo nulla eleifend augue, ac auctor orci leo non est. Quisque id mi. Ut tincidunt tincidunt erat. Etiam feugiat lorem non metus. Vestibulum dapibus nunc ac augue. Curabitur vestibulum aliquam leo. Praesent egestas neque eu enim. In hac habitasse platea dictumst. Fusce a quam. Etiam ut purus mattis mauris sodales aliquam. Curabitur nisi. Quisque malesuada placerat nisl. Nam ipsum risus, rutrum vitae, vestibulum eu, molestie vel, lacus. Sed augue ipsum, egestas nec, vestibulum et, malesuada adipiscing, dui. Vestibulum facilisis, purus nec pulvinar iaculis, ligula mi congue nunc, vitae euismod ligula urna in dolor. Mauris sollicitudin fermentum libero. Praesent nonummy mi in odio. Nunc interdum lacus sit

17

Hình 8: Liệt Kê Được Đánh Số

Chương 10: Thần Học Thực Hành

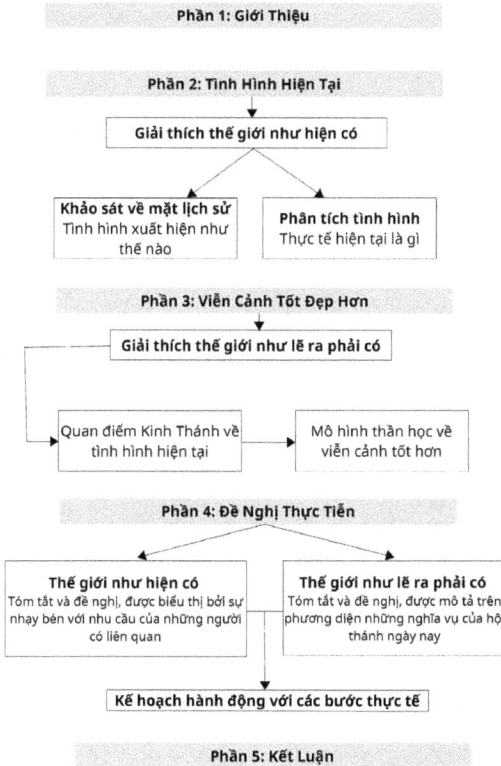

Phần 1: Giới Thiệu

Phần 2: Tình Hình Hiện Tại

Giải thích thế giới như hiện có

Khảo sát về mặt lịch sử
Tình hình xuất hiện như thế nào

Phân tích tình hình
Thực tế hiện tại là gì

Phần 3: Viễn Cảnh Tốt Đẹp Hơn

Giải thích thế giới như lẽ ra phải có

Quan điểm Kinh Thánh về tình hình hiện tại

Mô hình thần học về viễn cảnh tốt hơn

Phần 4: Đề Nghị Thực Tiễn

Thế giới như hiện có
Tóm tắt và đề nghị, được biểu thị bởi sự nhạy bén với nhu cầu của những người có liên quan

Thế giới như lẽ ra phải có
Tóm tắt và đề nghị, được mô tả trên phương diện những nghĩa vụ của hội thánh ngày nay

Kế hoạch hành động với các bước thực tế

Phần 5: Kết Luận

Hình 10.3 Bố Cục Bài Nghiên Cứu Thần Học Thực Hành

207

Hình 10: Sơ Đồ

Danh Mục Tài Liệu Trích Dẫn

Arnold, Bill T., và John H. Choi. 2003. *A Guide to Biblical Hebrew Syntax*. Phiên bản song ngữ. New York, N.Y.: Cambridge University Press.

Cosgrove, Charles H. 2005. "A woman's unbound hair in the Greco-Roman world, with special reference to the story of the 'sinful woman' in Luke 7:36-50". *Journal of Biblical Literature* 124 (4): 675–92.

Erickson, Millard J. 2013. *Christian Theology*. Phiên bản 3. Grand Rapids, Mich.: Baker Academic.

Merwe, Christo H. J. van der, Jackie A. Naudé, và Jan H. Kroeze. 1999. *Biblical Hebrew Reference Grammar*. Pb. 1. Sheffield: Bloomsbury T&T Clark.

Hoàng Phê, bt. 2005. *Từ Điển Tiếng Việt*. Viện Ngôn Ngữ Học: NXB Đà Nẵng.

Purcell R, Ryan S, Scanlan F, Morgan A, Callahan P, Allen NB, và Jorm AF. 2013. *A guide to what works for depression in young people*. Pb. 2. Beyondblue: Melbourne.

Ryken, Leland. 1993. *Words of Delight: A Literary Introduction to the Bible*. Pb. 2. Grand Rapids, Mich.: Baker Academic.

———. 2015. *Sweeter Than Honey, Richer Than Gold: A Guided Study of Biblical Poetry*. Weaver Book Company.

Strand, Kenneth Albert. 1978. "Chiastic structure and some motifs in the book of Revelation". *Andrews University Seminary Studies* 16 (2): 401–8.

Ware, Bruce. "Method of Evangelical Theology". Cập nhật 2001. Truy cập vào 23-5-2008. https://www.biblicaltraining.org.

Westermann, Claus. 1965. *The Praise of God in the Psalms*. Biên dịch bởi Keith Crim. Richmond: John Knox.

———. 1980. *The Psalms: Structure, Content, and Message*. Minneapolis: Augsburg Fortress Publishers.

"Abstracts." *Princeton Writing Program*. Cập nhật 1999. Truy cập vào 10-5-2008. http://web.princeton.edu.

"What Is Descriptive Research?" Cập nhật 2008. Truy cập vào 18-3-2008. http://wiki.answers.com.

213

Hình 11: Danh Mục Tài Liệu

Phần B:
Nghiên Cứu Thần Học

Bây giờ chúng ta chuyển sang những đề tài nâng cao liên quan đến nghiên cứu thần học. Ở đây tập trung vào nghiên cứu sau đại học, đặc biệt là giúp các ứng viên thạc sĩ và tiến sĩ Thần học chuẩn bị và viết luận văn, luận án. Điều này không có nghĩa là những chương này chỉ dành cho các nghiên cứu sinh. Các mô hình và phương pháp nghiên cứu trong chương 12-17 rất có ích cho sinh viên thần học ở tất cả cấp độ.

Sau phần định hướng ngắn các yêu cầu về luận văn ở Nam Phi trong đào tạo sau đại học (chương 8), chúng tôi dành ba chương cho việc chuẩn bị đề cương nghiên cứu. Chương 9 nói về đề cương nghiên cứu nói chung, còn chương 10 và 11 bàn về hai phần chính của đề cương, vấn đề và kế hoạch, theo thứ tự.

Sáu chương cuối, 12-17, nói đến các mô hình và phương pháp nghiên cứu thần học. Trước tiên, chúng tôi trình bày các kiểu giải kinh (chương 12), thần học hệ thống (chương 13) và thần học thực hành (chương 14). Những mô hình này có thể làm khuôn mẫu cho bài viết dài, luận văn. Cuối cùng, chúng tôi phân tích các phương pháp nghiên cứu chuyên biệt, yếu tố đặc trưng của nghiên cứu thần học. Hầu hết các luận văn đều có phần tổng quan tài liệu; chương 15 đưa ra những lời khuyên về tổng quan tài liệu. Thần học thực hành thường đòi hỏi nghiên cứu thăm dò-mô tả. Trong chương 16, chúng tôi giới thiệu loại nghiên cứu chuyên biệt này. Trong chương 17, chúng tôi kết thúc với phần tổng quan về cách thực hiện một vài loại nghiên cứu khác, như điểm sách, nghiên cứu tình huống và các vấn đề mục vụ.

Chương 8

Các Yêu Cầu về Luận Văn ở Nam Phi

Trọng tâm của chúng tôi suốt nửa phần sau của quyển sách này sẽ nhắm vào nghiên cứu sau đại học, đặc biệt là viết luận văn và luận án. Bối cảnh của chúng tôi là khung đào tạo sau đại học tại Nam Phi. Mặc dù phần lớn những điều chúng tôi sắp trình bày nhìn chung có thể áp dụng được, nhưng các yêu cầu cụ thể về luận văn có thể khác nhau ở các quốc gia khác nhau.

Tại Nam Phi, luận văn được viết ở ba cấp độ: Cử nhân,[1] Thạc sĩ và Tiến sĩ. Bảng 2 minh họa những yêu cầu của mỗi cấp độ.

Từ bảng bên dưới, bạn có thể thấy quy mô và tiêu chuẩn của luận văn tăng đáng kể mỗi khi bạn lên một cấp độ. Ở cấp độ Thạc sĩ Thần học, bạn phải *nắm vững* mọi tài liệu và vấn đề liên quan đến đề tài luận văn của bạn. Ở cấp độ Tiến sĩ Thần học, bạn phải thực hiện tất cả những yêu cầu của cấp độ Thạc sĩ và hơn nữa - bạn phải nâng cao kiến thức trong lĩnh vực nghiên cứu. Ở cấp độ Cử nhân, các yêu cầu nhẹ nhàng hơn. Bạn không phải đóng góp kiến thức mới. Bạn thậm chí cũng không phải nắm vững tất cả

---

1. Chúng tôi có hai con đường để lấy học vị Thạc sĩ ở Nam Phi. Một là học chương trình Cử nhân ba năm, tiếp theo là một năm Cử nhân Danh Dự Thần học (năm thứ tư), hoặc có thể học Cử nhân chuyên về Thần học trong 4 năm. Dù là con đường nào, luận văn Cử nhân cũng sẽ là thành phần cuối cùng trong năm thứ tư của chương trình đại học.

kiến thức hiện có về đề tài của mình. Bạn chỉ phải thể hiện khả năng nghiên cứu một đề tài có hệ thống và có óc phê phán, rồi trình bày kết luận của bạn trong một luận văn được sắp xếp cẩn thận và lập luận chặt chẽ. Chúng ta hãy cùng nghiên cứu ngắn gọn những yêu cầu này chi tiết hơn một chút.

Luận văn Cử nhân Thần học	Luận văn Thạc sĩ Thần học	Luận án Tiến sĩ Thần học
40 tín chỉ	180 tín chỉ	360 tín chỉ
10.000-12.000 từ	40.000-50.000 từ	80.000-100.000 từ
Sinh viên phải phân tích một cách hệ thống chủ đề đã chọn trong lĩnh vực nghiên cứu.	Sinh viên phải nắm vững chủ đề đã chọn trong lĩnh vực nghiên cứu.	Sinh viên phải thêm kiến thức mới vào lĩnh vực nghiên cứu.

Bảng 2. Yêu Cầu Về Luận Văn Ở Mỗi Cấp Độ Nghiên Cứu

Cấp Độ Cử Nhân

Ở cấp độ Cử nhân, luận văn chỉ chiếm 40 tín chỉ[2] (ở một số trường là 30 tín chỉ; tương đương khoảng 10 tín chỉ trong hệ thống Hoa Kỳ). Phải có khoảng 10.000 đến 12.000 từ (± 30-40 trang đánh máy), *không kể* các trang mở đầu (trang bìa, mục lục, danh sách hình, v.v...), danh mục tài liệu và phụ lục. Tùy vào tính chất của bài nghiên cứu mà danh mục tài liệu phải có từ 30-50 mục tài liệu. Những tài liệu này phải là các công trình học thuật, không phải văn chương đại chúng.

---

2. Ở Nam Phi, 1 tín chỉ tương đương 10 tiếng làm việc. Một năm học có 120 tín chỉ. Điều này có nghĩa là với những người quen thuộc với hệ thống tín chỉ Hoa Kỳ, thì 1 tín chỉ ở Hoa Kỳ tương đương 3.75 tín chỉ ở Nam Phi (khoảng 1:4).

Tất cả những gì một luận văn Cử nhân phải thể hiện là khả năng thực hiện đề án nghiên cứu mở rộng trong lĩnh vực nghiên cứu đã chọn. Luận văn không cần trình bày nghiên cứu nguyên bản. Nó phải thể hiện những kỹ năng sau:

- Nhận biết vấn đề cần nghiên cứu,
- Lựa chọn các phương pháp nghiên cứu thích hợp,
- Thu thập và phân tích dữ liệu,
- Tương tác trong tinh thần phản biện với tài liệu hiện có,
- Trình bày lý lẽ cách hợp lý, liên tục bằng văn viết,
- Trích dẫn và tham khảo tài liệu đúng cách thức,
- Có phần kết luận và đề nghị.

Chẳng hạn một đề tài như 'Điều sách Rô-ma dạy về sự xưng công bình' có thể dùng cho luận văn Cử nhân, vì sinh viên không cần đóng góp kiến thức mới hay nắm vững toàn bộ phần tài liệu chính mênh mông về đề tài này.

Cấp Độ Thạc Sĩ

Học vị Thạc sĩ ở Nam Phi có 180 tín chỉ (48 tín chỉ ở Hoa Kỳ) và có thể lấy bằng hai cách, đó là (a) viết luận văn hoặc (b) chương trình có cấu trúc (structured). Ở con đường luận văn, một luận văn khoảng 50.000 từ *là* học vị. Luận văn là toàn bộ học vị. Mặc dù kiểu học vị Thạc sĩ này xa lạ với nhiều người, nhưng đó là một tiến trình đòi hỏi khắt khe vì tiêu chuẩn nghiên cứu cao. Ngược lại, các chương trình có cấu trúc, gồm luận văn lẫn đề án. Luận văn là một tiểu luận chiếm 60 hay 90 tín chỉ (trong tổng số 180 tín chỉ). Bảng 3 cho thấy những yêu cầu tương đối về luận văn trong từng chương trình.

Luận văn 180 tín chỉ	Luận văn 90 tín chỉ	Luận văn 60 tín chỉ
Chiếm 100 phần trăm học vị	Chiếm 50 phần trăm học vị	Chiếm 33.3 phần trăm học vị
Khoảng 50.000 từ	Khoảng 25.000 từ	Khoảng 17.500 từ
100-150 tác phẩm được trích dẫn	80-120 tác phẩm được trích dẫn	50-75 tác phẩm được trích dẫn

Bảng 3: Yêu Cầu Về Luận Văn Cấp Độ Thạc Sĩ Ở Nam Phi

Khi viết luận văn, một sinh viên trình độ Thạc sĩ phải thể hiện khả năng soạn thảo và thực hiện một đề án nghiên cứu. Sinh viên đó phải thể hiện sự tinh thông về đề tài, bao gồm các phương pháp nghiên cứu liên quan đến đề tài và các tài liệu hiện có về đề tài. Tất cả yêu cầu cho luận văn Cử nhân Thần học áp dụng cho luận văn Thạc sĩ, nhưng có thêm yêu cầu về *sự tinh thông*. Một luận văn Thạc sĩ không cần đóng góp kiến thức mới, nhưng điều nên làm là thể hiện một sự tiếp cận mới mẻ với đề tài; không nên là sự lặp lại nhàm chán về lĩnh vực quen thuộc.

'Sách Rô-ma dạy gì về sự xưng công bình?' không phải là một đề tài thích hợp cho một luận văn Thạc sĩ. Có hai lý do. Thứ nhất, sẽ khó thể hiện sự thành thạo đối với số tài liệu rộng lớn về đề tài này. Thứ hai, quá nhiều điều về đề tài này đã được viết đến nỗi luận văn này chắc chắn sẽ là sự ôn lại tẻ nhạt điều quen thuộc. "Làm thế nào truyền đạt giáo lý về sự xưng công bình bởi đức tin cho người Hottentot ở Kalahari?" sẽ cho luận văn một cách nhìn mới mẻ nếu người Hottentots thấy giáo lý này khó hiểu hay chướng tai gai mắt vì lý do văn hóa.

Cấp Độ Tiến Sĩ

Học vị tiến sĩ của chúng tôi chỉ lấy được bằng cách viết luận án. Các cơ sở hay giáo sư có thể (a) yêu cầu đọc toàn diện (với bài thi), (b) bắt thực hiện thêm đề án hay (c) tổ chức kỳ thi vấn đáp vào cuối luận án, nhưng những yêu cầu trên không đóng thêm vào giá trị tín chỉ của chương trình. Toàn bộ 360 tín chỉ (96 tín chỉ Hoa Kỳ) được dành cho luận án.

Nam Phi chỉ có tiến sĩ học thuật. Trong lĩnh vực thần học khái quát, chúng tôi có Tiến sĩ Triết học (Doctor of Philosophy- PhD hay DPhil), Tiến sĩ Thần học (Doctor of Theology- DTh), Tiến sĩ Thần học (Doctor of Divinity –DD hay DDiv), Tiến sĩ Văn chương (Doctor of Literature – DLitt) và Tiến sĩ Văn chương và Triết (Doctor of Literature and Philosophy – DLitt et Phil). Không có sự khác biệt về cấp bậc giữa những học vị này. Những yêu cầu về học thuật và cấp bậc đều như nhau. Trong biệt ngữ quốc tế, mỗi học vị trên đều là 'Tiến sĩ' (PhD), thường được dùng như một từ chung cho học vị tiến sĩ học thuật, nghiên cứu. Chúng tôi không có học vị tiến sĩ chuyên về ứng dụng (professional doctorates), chẳng hạn như Tiến sĩ Mục vụ (Doctor of Ministry - DMin) thiên về ứng dụng rất phổ biến ở nước ngoài.

Luận án tiến sĩ phải từ 80.000 đến 100.000 từ, được đánh giá dựa trên hai tiêu chí chính:

- Luận án có đóng góp đầu tiên đáng kể vào hiểu biết hiện hành không?
- Luận án có thể xuất bản không (hoặc toàn bộ hoặc những phần chính)?

Do đó, điều trớ trêu là 'Sách Rô-ma dạy gì về sự xưng công bình?' hoàn toàn có khả năng là một đề tài cho luận án tiến sĩ. Nhiệm vụ của người nghiên cứu là đem đến cái nhìn mới mẻ về hiểu biết hiện có về đề tài. Người nghiên cứu cần có đóng góp đáng kể vào lý thuyết hiện hành. Nếu không làm được như vậy, người đó sẽ rớt kỳ thi bởi sự lặp lại nhàm chán của kiến thức hiện tại.

Tóm Tắt

Tóm lại, đây là khung viết luận văn ở Nam Phi. Ở cấp độ Cử nhân, luận văn là một đề án nho nhỏ. Ở cấp độ Thạc sĩ, luận văn có thể là một đề án cỡ trung bình (luận văn nhỏ) cho đến một nghiên cứu quan trọng đang thực hiện (con đường luận văn). Luận án tiến sĩ phải đóng góp nghiên cứu nguyên bản và mới mẻ.

Bạn có thể đọc những chương tiếp theo để chuẩn bị viết luận văn. Khi đọc, bạn nên ghi nhớ khung này. Các chương có tính tổng quát. Bạn cần ngữ cảnh hóa kế hoạch của bạn theo mức độ thích hợp. Nếu bạn đang học tại một trường ở Nam Phi, việc biết bạn sẽ viết cái nào trong năm luận văn trên là điều đơn giản. Nếu bạn đang dùng quyển sách này trong một trường ở ngoài Nam Phi, bạn sẽ cần tìm hiểu những yêu cầu tương đương là gì.

Bây giờ, không chần chờ nữa, chúng ta hãy đi tiếp đến phần quan trọng nhất của viết luận văn - đề cương nghiên cứu.

Chương 9

Đề Cương Nghiên Cứu

Mỗi đề án nghiên cứu thần học phải bắt đầu bằng một đề cương nghiên cứu. Trước khi bạn viết luận văn, một nhóm các chuyên gia phải chấp thuận đề cương của bạn. Giáo sư có thể yêu cầu bạn nộp bản đề cương ngắn cho bài viết. Ngay cả nếu đề án không đòi hỏi đề cương chính thức, bạn cũng sẽ được lợi từ việc chuẩn bị đề cương cho chính mình; nó sẽ tập trung suy nghĩ của bạn và giúp bạn định hướng cho bài nghiên cứu. Khả năng tưởng tượng và viết một đề cương chất lượng là đặc điểm của một người sẵn sàng thực hiện nghiên cứu độc lập.

Trong chương này, chúng tôi sẽ xem xét tổng thể đề cương nghiên cứu - giá trị, thành phần và sự chuẩn bị. Hai chương tiếp theo sẽ thảo luận chi tiết hơn về một trong hai phần chính của đề cương, đó là vấn đề cần nghiên cứu và kế hoạch nghiên cứu.

Giá Trị Của Đề Cương Nghiên Cứu

Một đề cương nghiên cứu "là tài liệu phác thảo cách bạn *dự định* thực hiện nghiên cứu của mình".[1] Về cơ bản, nó phác thảo *điều* bạn sẽ nghiên cứu và *cách* bạn sẽ nghiên cứu. Phần 'điều' được gọi là *vấn đề*; phần 'cách' được gọi là *kế hoạch*. Đề cương mô

---

1. Johann Mouton, *How to succeed in your master's and doctoral studies* (Pretoria: VanSchuik, 2001), 44.

tả vấn đề và trình bày kế hoạch giải quyết cách hợp lý, và có hệ thống.

Cho dù đó là dàn ý một trang cho chính bạn dùng hay một đề cương tiến sĩ chi tiết, thì viết đề cương nghiên cứu là phần khó nhất và quan trọng nhất của toàn bộ đề án nghiên cứu! Nếu bạn hấp tấp qua bước này, kế hoạch và vấn đề nghiên cứu của bạn sẽ có nội dung nghèo nàn. Điều này làm cho phần còn lại của bài nghiên cứu gặp khó khăn. Ngược lại, nếu bạn đầu tư thời gian và công sức để có một đề cương xuất sắc, thì phần còn lại của bài nghiên cứu sẽ đâu vào đó.

Giá trị lớn nhất của một đề cương là giữ cho đề án nghiên cứu đi đúng hướng. Nó định hướng và tập trung vào đề án. Nó giữ cho bạn không đi lung tung - mất thời gian, đi lạc đề làm tiêu tốn sức lực. Nếu bạn đầu tư thời gian và công sức ngay khi bắt đầu đề án để suy nghĩ về điều bạn sẽ nghiên cứu và cách bạn sẽ thực hiện, tạo một bức tranh rõ ràng trong đầu về đích đến và con đường bạn sẽ đi đến đó, thì hành trình của bạn sẽ đi tới mà không hề bị trì hoãn hay đi vòng.

Ví dụ, nếu bạn hình thành vấn đề cần nghiên cứu cách cẩn thận và chính xác, giữ cho nó chặt chẽ và tập trung, rồi nhận biết phải thêm khía cạnh nào và bỏ khía cạnh nào, thì bạn sẽ giảm đáng kể lượng bài bạn phải đọc. Điều này giúp tiết kiệm thời gian. Nếu vấn đề của bạn mơ hồ và lờ mờ, bạn sẽ đọc gấp năm lần như thế vì bạn không có tiêu chuẩn rõ ràng để phân biệt cái bạn phải đọc với cái bạn không cần đọc. Tương tự, nếu bạn suy nghĩ qua những bước cơ bản bạn phải thực hiện để giải quyết vấn đề, bạn sẽ giảm việc lãng phí thời gian thu thập dữ liệu bạn không cần.

Tóm lại, chuẩn bị một đề cương tốt thì nghiên cứu của bạn sẽ trôi chảy; chuẩn bị một đề cương nghèo nàn thì sẽ thất bại. Câu cách ngôn xưa 'thất bại trong sự chuẩn bị là chuẩn bị cho sự thất bại' chắc chắn áp dụng cho việc nghiên cứu. Tuy nhiên, sinh viên vẫn thường không chuẩn bị tốt cho đề cương của mình. Tại sao? Một phần là vì thiếu hiểu biết, tức là không biết rõ tính chất của bài nghiên cứu đủ để lên kế hoạch cho đề án. Chúng tôi thậm chí còn nghi một nguyên nhân lớn hơn nữa là vì quá háo hức. Khi hấp tấp bắt tay vào 'công trình thật sự', họ chắp vá thành một đề cương nghèo nàn. Chuẩn bị một đề cương chất lượng là công việc vất vả. Nó đòi hỏi phải đọc và suy ngẫm nhiều. Đó là công việc tốn thời gian. Nhưng về lâu về dài, nó tiết kiệm thì giờ. Cho nên, chúng tôi khuyên bạn hãy đầu tư thời gian chất lượng cho đề cương. Hãy chuẩn bị cho tốt. Điều bạn gieo vào đề cương bạn sẽ gặt trong luận văn.

Nếu bạn tin chắc vào giá trị của việc chuẩn bị thích đáng một đề cương, có lẽ bạn đang thắc mắc một đề cương nghiên cứu gồm những yếu tố nào. Có nhiều quan điểm khác nhau giữa những người nghiên cứu. Trong phần tiếp theo, chúng tôi sẽ trình bày sự phân chia các yếu tố trong một đề cương mà chúng tôi ưa thích.

Các Yếu Tố Trong Một Đề Cương Nghiên Cứu

Một đề cương nghiên cứu gồm hai phần chính: *vấn đề* nghiên cứu và *kế hoạch* nghiên cứu. Phần đầu tiên, vấn đề nghiên cứu, bàn đến "điều" cần nghiên cứu; nó mô tả vấn đề mà người nghiên cứu sẽ cố gắng giải quyết. Phần hai, kế hoạch nghiên cứu, tập trung vào "cách" thực hiện nghiên cứu; nó giải thích cách nhà nghiên cứu sẽ tiến hành giải quyết vấn đề nghiên cứu. Chúng ta hãy xem xét từng phần một.

Phần 1: Vấn đề nghiên cứu

Phần đầu tiên của đề cương phải nói rõ vấn đề cần nghiên cứu một cách hết sức trọng tâm và rõ ràng. Vấn đề nhà nghiên cứu sẽ cố gắng giải quyết cần được định nghĩa và phân định ranh giới với sự chính xác đến nỗi không có sự nhầm lẫn hay mơ hồ nào về nội dung nghiên cứu và mục tiêu nhắm đến. Vấn đề nghiên cứu càng được trình bày rõ ràng và chính xác bao nhiêu, thì bài nghiên cứu càng đi vào trọng tâm bấy nhiêu.

> Vấn đề nghiên cứu của bạn phải được tuyên bố cách rõ ràng đến nỗi bất kỳ ai ở bất cứ nơi đâu trên thế giới (những người có thể đọc hiểu ngôn ngữ mà bài nghiên cứu dùng) đều có thể đọc, hiểu và phản hồi mà không cần sự giúp đỡ. Nếu vấn đề *không* được tuyên bố cách rõ ràng và chính xác như vậy, thì bạn chỉ đang tự dối mình rằng bạn biết vấn đề nghiên cứu là gì. Sự lừa dối bản thân như thế sẽ chỉ gây khó khăn cho bạn sau này.[2]

Những thành phần nào nên có trong phần mô tả vấn đề nghiên cứu? Chúng tôi đề nghị những yếu tố sau theo thứ tự :

1. Tuyên bố vấn đề

1.1 Vấn đề chính

1.2 Những câu hỏi then chốt

1.3 Các giả thuyết

2. Giải thích vấn đề

2.1 Ranh giới của bài nghiên cứu

2.2 Định nghĩa các thuật ngữ chính

2.3 Những giả định của người nghiên cứu

2.4 Tổng quan tài liệu

3. Giá trị của bài nghiên cứu

3.1 Giá trị thần học

3.2 Giá trị thực tiễn

---

2. Paul D. Leedy, *Practical research: planning and design* (New York: MacMillan, 1993), 63.

Điều bỏ sót đáng chú ý trong danh sách là phần bối cảnh của vấn đề. Lần đầu tiên tôi viết về phương pháp nghiên cứu là một giáo trình cho các ứng viên Thạc sĩ Thần học tại Chủng Viện Thần học Nam Phi. Tôi theo Mouton, người đề nghị phần bối cảnh vấn đề đứng trước phần trình bày vấn đề.[3] Kể từ khi viết giáo trình đó, tôi đã đánh giá hầu như một trăm đề cương nghiên cứu của các sinh viên áp dụng theo mẫu tôi đã trình bày. Tôi tin chắc rằng thêm phần bối cảnh thường cản trở sinh viên hơn là giúp ích. Ngoại trừ những sinh viên tài năng nhất, tiêu đề 'bối cảnh' cám dỗ tất cả sinh viên viết một bài tường thuật xã hội dài dòng mà hiếm khi giúp soi sáng vấn đề nghiên cứu. Đối với nhiều sinh viên, đó là một cái bẫy. Sau khi viết nhiều trang về tệ nạn xã hội trong cộng đồng, họ không thể chuyển trọng tâm từ thực tế sang học thuật, từ những vấn đề có thực trong cuộc sống sang vấn đề nghiên cứu. Dưới tiêu đề 'vấn đề', họ mô tả một vấn đề xã hội rộng lớn, mơ hồ, không thích hợp cho nghiên cứu thần học. Vì lý do này, tôi nghĩ rằng tốt nhất là lấy phần bối cảnh ra khỏi đề cương nghiên cứu. Thông tin thiết yếu về bối cảnh có thể được trình bày trong phần giá trị nghiên cứu. (Nếu bạn đang chuẩn bị một đề cương luận văn, tôi khuyên bạn nên kiểm tra với giáo sư xem ông có muốn bạn thêm phần bối cảnh vào bài nghiên cứu hay không.)

Tuyên bố vấn đề. Bắt đầu đề cương nghiên cứu bằng lời tuyên bố trực tiếp vấn đề nghiên cứu. Nêu vấn đề trong một câu riêng lẻ (tối đa là một đoạn văn ngắn). Bạn có thể phát biểu như một lời tuyên bố, một câu hỏi hay một mục tiêu. Trong những đề cương nghiên cứu rộng lớn, vấn đề chính thường quá rộng, không thể giải quyết mà không chia thành những đơn vị nhỏ hơn. Trong những trường hợp như vậy, phân vấn đề chính thành 2-6 vấn đề phụ; chúng tôi gọi là 'những câu hỏi then chốt', nhưng nhiều người gọi là 'những mục tiêu'. Giả thuyết là một phỏng đoán về

---

3. Mouton, 48

câu trả lời được tính toán cho vấn đề nghiên cứu. Giả thuyết phải liên quan trực tiếp đến vấn đề hay câu hỏi nghiên cứu. Do đó, bạn có thể đưa giả thuyết cho vấn đề chính và một giả thuyết cho một vấn đề phụ nếu bạn muốn.

Giải thích vấn đề. Nếu bạn bắt đầu bằng lời tuyên bố trực tiếp vấn đề nghiên cứu, thì sẽ có những cái đuôi lòng thòng phải buộc lại. Phần này làm rõ tính chất của bài nghiên cứu bằng cách giải thích những ranh giới, định nghĩa và giả định của bài nghiên cứu và bằng cách trình bày tổng quan tài liệu sơ khởi. Trong phần ranh giới, bạn giới hạn trọng tâm của bài nghiên cứu bằng cách chỉ ra điều bạn sẽ không nghiên cứu, tức là, điều bạn sẽ loại trừ. Phần định nghĩa và giả định giúp người đọc hiểu những điều bạn xem là "điều hiển nhiên" (điều bạn cho là đúng) và cách bạn dùng những thuật ngữ quan trọng. Tổng quan tài liệu sơ khởi đặt bài nghiên cứu đã lên kế hoạch của bạn vào ngữ cảnh của kiến thức có liên quan, giúp người đọc hiểu rõ nghiên cứu có liên quan đến điều người khác đã thực hiện như thế nào.

Giá trị bài nghiên cứu. Phần đầu tiên của đề cương kết thúc với động cơ thúc đẩy nghiên cứu. Bạn có thể xúc tiến bài nghiên cứu ở mức độ thực hành và/hoặc lý thuyết. Trong phần này bạn có cơ hội giới thiệu một số thông tin thiết yếu về bối cảnh bằng việc chỉ ra cách bài nghiên cứu sẽ giúp giải quyết những nhu cầu xã hội trong cộng đồng như thế nào. Bạn có thể giải thích ai sẽ được lợi từ bài nghiên cứu và họ được lợi như thế nào.

Trong chương nói về vấn đề nghiên cứu, chúng ta sẽ bàn đến chi tiết của mỗi yếu tố này. Bây giờ, chúng ta hãy xem xét các yếu tố cấu thành phần thứ hai của đề cương, kế hoạch nghiên cứu.

Phần 2: Kế hoạch nghiên cứu

Nghiên cứu đi theo dạng thức vấn đề - giải pháp; vì thế đề cương nghiên cứu cũng vậy. Phần đầu tiên trình bày vấn đề nghiên cứu; phần thứ nhì đưa ra kế hoạch giải quyết vấn đề. Kế hoạch nghiên cứu gồm ba phần: đề cương, phương pháp luận và danh mục tài liệu.

4. Đề cương nghiên cứu

4.1 Cấu trúc

4.2 Khung thời gian

5. Phương pháp luận

5.1 Dữ liệu

5.2 Công cụ

5.3 Các bước thực hiện

6. Danh mục tài liệu chú giải

Trong một số trường hợp, có thể cần phải thêm vào phần nêu lên trình độ chuyên môn của người nghiên cứu khi thực hiện bài nghiên cứu. Ví dụ: nếu bài dự định nghiên cứu đòi hỏi sự phân tích cao cấp bản văn Tân Ước bằng tiếng Hy Lạp, người nghiên cứu cần có khả năng thực hiện một phân tích như vậy. Nếu bài nghiên cứu dựa trên kinh nghiệm đòi hỏi kiểm tra tâm lý chuyên sâu (specialised psychometric testing), thì người nghiên cứu cần có kỹ năng và giấy phép thực hiện kiểm tra.

Bố cục bài nghiên cứu. Quyết định đầu tiên của bạn là loại nghiên cứu nào thích hợp nhất để giải quyết vấn đề nghiên cứu. Ví dụ: bạn có thể dùng phương pháp hoàn toàn mang tính văn học hay phải cần đến thành phần mang tính thử nghiệm? Phần sau của sách chúng tôi sẽ trình bày nhiều bố cục chuẩn khác nhau cho bài nghiên cứu thần học - nghiên cứu giải kinh, thần học hệ thống, nghiên cứu thực nghiệm, nghiên cứu tình huống điển hình, v.v...Bố cục được chọn phần lớn ảnh hưởng đến tính hợp lý và cấu trúc của bài nghiên cứu. Trong những đề án lớn, chẳng hạn như luận văn hay luận án, đề cương cần có thêm khung thời gian dự định; những qui ước này là một thỏa thuận về tiến độ giữa sinh viên và giáo sư hướng dẫn.

Phương pháp luận của bài nghiên cứu. Để đánh giá giá trị của đề án nghiên cứu, người ta phải biết chính xác người nghiên cứu sẽ thực hiện nghiên cứu như thế nào. Bạn nên giải thích cách bạn dự định tiến hành nghiên cứu từng bước một. Cách tốt nhất là mỗi lần chỉ thực hiện một phần (hay một vấn đề phụ) trong bài dự định nghiên cứu, mô tả công cụ nghiên cứu (phương pháp) sẽ được sử dụng và cho biết bạn sẽ thu thập dữ liệu gì, thu thập như thế nào và dữ liệu sẽ được phân tích ra sao.

Danh mục chú giải. Hãy kết thúc đề cương bằng danh mục tài liệu chú giải với ít nhất 20 đầu mục tài liệu hay. Phần lớn tài liệu phải là những công trình học thuật gần đây. Tránh những nguồn tài liệu lỗi thời (hơn 25 năm) và những tài liệu được xếp loại 'đại chúng' thay vì 'học thuật'; đừng làm lộn xộn danh mục với những sách không thích hợp (những quyển không liên quan trực tiếp đến đề tài) hay những bài viết trực tuyến. Bạn phải cho thấy rằng bạn am hiểu những công trình chính về đề tài này là gì. Phần chú giải cho thấy bạn biết rõ nội dung nguồn tài liệu và biết nó thích hợp với nghiên cứu của bạn.

Chúng tôi sẽ bàn đến từng yếu tố này chi tiết hơn trong chương nói về kế hoạch nghiên cứu. Vấn đề cuối cùng chúng tôi cần nói đến trong chương này là chuẩn bị một đề cương nghiên cứu.

Chuẩn Bị Đề Cương Nghiên Cứu

Sinh viên có tiếng là cẩu thả trong cách chuẩn bị đề cương nghiên cứu. Là thành viên của hội đồng đánh giá đề cương của luận văn Thạc sĩ và luận án Tiến sĩ, chúng tôi kinh hoàng trước sự luộm thuộm của nhiều đề cương. Sinh viên viết sai tên chương trình học vị; công trình của họ đầy những lỗi chính tả và ngữ pháp; nhan nhản ngôn ngữ không chính xác, tính hợp lý không rõ ràng, những lời tuyên bố không căn cứ và những khái quát hay giả định phi lý.

Cẩn thận trong việc chuẩn bị đề cương nghiên cứu. Dựa trên đề cương, giáo sư của bạn sẽ quyết định xem bạn có khả năng thực hiện nghiên cứu nghiêm túc không. Đề cương của bạn cần tạo ấn tượng tích cực. Luộm thuộm trong cách trình bày đề cương truyền đi thông điệp sai. Không giáo sư nào mong đợi làm việc với sinh viên cẩu thả và lười biếng.

Những lỗi quan trọng nào cần tránh khi chuẩn bị đề cương nghiên cứu? Dưới đây là bảng liệt kê những câu hỏi cần xem xét:

- *Bạn có kiểm tra cẩn thận chính tả và ngữ pháp không?* Ngay cả khi bạn phải viết đề cương bằng ngôn ngữ thứ hai hay thứ ba đi nữa thì đó cũng không phải là cái cớ cho những lỗi chính tả, lỗi đánh máy hay ngữ pháp vốn có thể được đính chính bằng công cụ kiểm tra lỗi chính tả và ngữ pháp trong chương trình xử lý văn bản. Hãy đọc và sửa nhiều lần bản đề cương trước khi nộp.

- *Đề cương của bạn có tuân thủ các yêu cầu của trường không?* Hãy xem trường có đưa ra yêu cầu cho những điều sau hay không: (a) line spacing (khoảng cách dòng), kiểu chữ và kích cỡ, lề,... (b) các thành phần của đề cương; và (c) tham khảo và danh mục tài liệu. Hãy bảo đảm đề cương của bạn tuân thủ tất cả yêu cầu của trường.

- *Bạn có viết đúng tên học vị không?* Chủng Viện Thần học Nam Phi có chương trình Thạc sĩ Thần học (MTh) và Tiến sĩ Thần học (DTh). Chúng tôi thường xuyên chấm những đề cương, mà trong đó sinh viên ghi rõ học vị là MA hay PhD - rất cẩu thả.[4]

- *Ngôn ngữ của bạn có chính xác và khiêm tốn không?* Hãy khiêm tốn trong những lời khẳng định của bạn. Đừng hứa hẹn nhiều hơn điều bạn có thể thực hiện. Có bằng chứng cho mọi lời khẳng định. Nói chính xác điều bạn muốn nói. Trách nhiệm của bạn là chính xác đến mức người đọc không thể hiểu sai đề cương của bạn.

Hãy chú ý đến chi tiết khi chuẩn bị đề cương nghiên cứu. Đừng cẩu thả hay luộm thuộm. Đề cương nghiên cứu là phần quan trọng nhất trong việc viết luận văn. Đề cương sẽ cho ban giáo sư thấy bạn có khả năng thực hiện nghiên cứu độc lập hay không.

Tóm Tắt

Đề cương nghiên cứu chi phối và hướng dẫn đề án nghiên cứu. Đây là phần khó nhất và quan trọng nhất trong nhiều nỗ lực nghiên cứu. Về lâu về dài, thời gian và công sức đầu tư vào việc mường tượng đề án đem lại nhiều ích lợi.

Đề cương nghiên cứu có hai phần chính – *vấn đề* cần nghiên cứu và *kế hoạch* nghiên cứu, *nội dung* và *cách thức*. Trước tiên, nó mô tả vấn đề, kế đến trình bày kế hoạch giải quyết vấn đề. Xem Bảng 4 danh sách các thành phần trong từng phần của đề cương.

---

4. Trong trường hợp MTh, ứng viên cũng nên ghi rõ đề cương có phải cho tiểu luận, khác với cho luận văn không.

Hai phần này quan trọng đến nỗi chúng tôi sẽ dành hai chương tiếp theo để trình bày chi tiết. Trong chương tiếp theo, chúng ta sẽ nghiên cứu cách xây dựng từng yếu tố trong vấn đề nghiên cứu.

Các Thành Phần của Đề Cương Nghiên Cứu

Phần 1: Vấn đề nghiên cứu

1. Tuyên bố vấn đề

1.1 Vấn đề chính

1.2 Những câu hỏi then chốt

1.3 Các giả thuyết

2. Giải thích vấn đề

2.1 Ranh giới nghiên cứu

2.2 Định nghĩa những thuật ngữ chính

2.3 Những giả định của người nghiên cứu

2.4 Tổng quan tài liệu

3. Giá trị bài nghiên cứu

3.1 Giá trị thần học

3.2 Giá trị thực tiễn

Phần 2: Kế hoạch nghiên cứu

4. Đề cương nghiên cứu

4.1 Cấu trúc

4.2 Khung thời gian

5. Phương pháp luận của bài nghiên cứu

5.1 Dữ liệu

5.2 Công cụ

5.3 Các bước thực hiện

6. Danh mục tài liệu chú giải

Bảng 4: Các Thành Phần Của Một Đề Cương Nghiên Cứu

Chương 10

Vấn Đề Nghiên cứu

Mục tiêu của tất cả các nghiên cứu là giải quyết vấn đề. Nếu bạn không có vấn đề cần giải pháp, không có câu hỏi cần lời giải đáp, thì bạn không có gì để nghiên cứu. Do đó, hình thành một vấn đề nghiên cứu là phần quan trọng nhất và, đối với một số sinh viên, là phần thách thức nhất của toàn bộ tiến trình viết luận văn. Mỗi luận văn là một nỗ lực có hệ thống nhằm trả lời một câu hỏi nghiên cứu, giải quyết một vấn đề nghiên cứu bao quát. Trong chương này, chúng tôi sẽ xem xét các bước hình thành một vấn đề nghiên cứu.

Tiến Trình Sơ Lược

Tìm kiếm vấn đề cần nghiên cứu bắt đầu bằng một *ý tưởng nghiên cứu tạm thời* (xem Hình 12). Ý tưởng có thể là một chủ đề hấp dẫn bạn, chẳng hạn như ly dị, sự phán xét hay lời tiên tri. Nó có thể là một sách cụ thể trong Kinh thánh hay một phân đoạn Kinh thánh, có lẽ sách Thi Thiên hay Ma-thi-ơ 24-25. Thường thì ý tưởng nghiên cứu bắt nguồn từ một vấn đề có thật trong cuộc sống trong cộng đồng hay hội thánh của bạn, những vấn đề như sự xao lãng mục vụ thiếu nhi trong hệ phái của bạn, ảnh hưởng tiêu cực của nghèo đói hay HIV/AIDS trong cộng đồng của bạn, hoặc phục vụ trong một nền văn hóa theo chế độ đa thê. Điều cốt yếu phải nhận biết là *ý tưởng nghiên cứu tạm thời* cần được cải tiến thành một *vấn đề nghiên cứu* thích hợp.

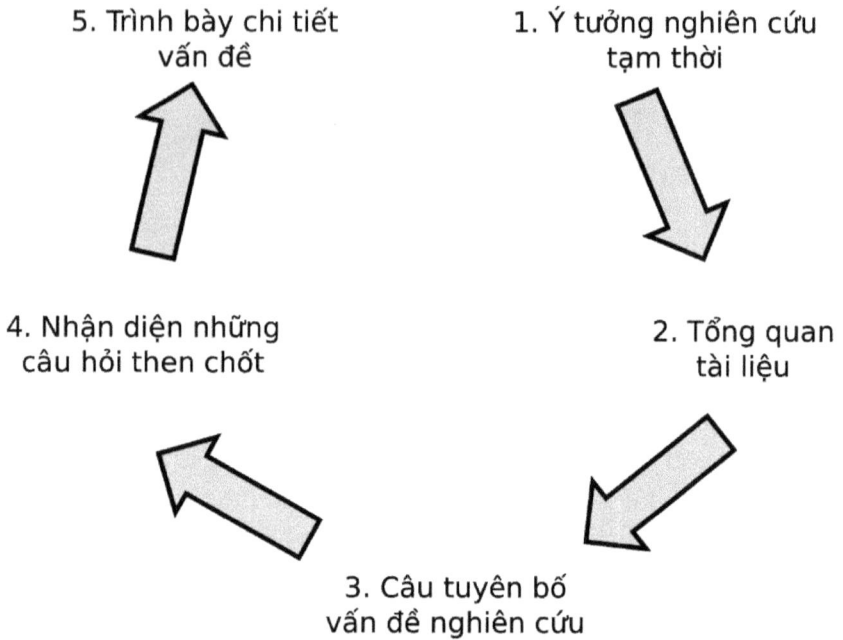

5. Trình bày chi tiết vấn đề

1. Ý tưởng nghiên cứu tạm thời

4. Nhận diện những câu hỏi then chốt

2. Tổng quan tài liệu

3. Câu tuyên bố vấn đề nghiên cứu

Hình 12: Hình Thành Một Vấn Đề Nghiên Cứu

Khi bạn có ý tưởng nghiên cứu tạm thời, bước tiếp theo là thực hiện nghiên cứu sơ khởi về đề tài. Bạn có thể làm điều này bằng cách đọc lướt qua tài liệu liên quan có sẵn, thực hiện *tổng quan tài liệu*. Đây là bước quan trọng. Bằng cách thăm dò tài liệu liên quan đến đề tài của bạn, bạn sẽ có được ý tưởng đúng đắn về các vấn đề và tranh luận hiện có là gì, điều người khác đã thực hiện, điều cần được thực hiện, và vân vân. Nó giúp làm sáng tỏ suy nghĩ của bạn về vấn đề và nhận diện một vài vấn đề chính cần đặt ra.

Khi bạn đã đọc nhiều về đề tài, bạn cần giới hạn ý tưởng nghiên cứu của mình lại thành *một vấn đề nghiên cứu* và phát biểu chính xác trong một câu, hoặc dưới dạng một câu khẳng định, một câu hỏi hay một mục tiêu. Đây là thời điểm mang tính quyết định trong đề án nghiên cứu. Bất kể câu hỏi hay mục tiêu nào bạn đưa ra ở đây đều sẽ chi phối cả luận văn. Lời tuyên bố vấn đề nghiên cứu không chỉ là câu hỏi lôi cuốn hay một mục tiêu hấp dẫn; mà đó là lời tuyên bố vấn đề nghiên cứu được phát biểu cách chính xác, chặt chẽ, đi vào trọng tâm, được lựa chọn thông qua quá trình tìm hiểu những nghiên cứu (tác phẩm) hiện có liên quan đến đề tài.

Bước thứ tư không bắt buộc, nhưng thường thì nên làm. Mặc dù vấn đề cần nghiên cứu nêu lên câu hỏi bao quát hay mục tiêu của luận văn, nhưng cũng hữu ích nếu chia lời tuyên bố vấn đề thành một tập hợp các câu hỏi then chốt cần giải đáp để giải quyết vấn đề chính. *Những câu hỏi then chốt* này có liên hệ hợp lý với vấn đề chính. Chúng chia vấn đề chính thành những đơn vị nhỏ hơn, dễ giải quyết hơn. Bằng cách trả lời những câu hỏi then chốt, bạn sẽ giải quyết vấn đề chính. Chúng tôi đề nghị bạn cố gắng xác định từ ba đến năm câu hỏi then chốt.

Bước cuối cùng là *trình bày chi tiết vấn đề* bằng cách xem xét những yếu tố làm sáng tỏ vấn đề (ranh giới, định nghĩa, giả định) và giá trị của bài nghiên cứu. Tiến trình này giúp bạn làm rõ và tập chú hơn vào vấn đề nghiên cứu.

Tóm lại, tiến trình hình thành vấn đề nghiên cứu có năm bước (xem Hình 12):

1. Nhận biết ý tưởng nghiên cứu tạm thời.
2. Thực hiện tổng quan tài liệu.
3. Hình thành vấn đề nghiên cứu chính.
4. Liệt kê 3-5 câu hỏi nghiên cứu then chốt.
5. Trình bày chi tiết vấn đề nghiên cứu.

Vì đây là phần then chốt của bài nghiên cứu, nên chúng tôi cần trình bày từng bước chi tiết hơn.

Ý Tưởng Nghiên Cứu

Bài nghiên cứu của bạn bắt đầu bằng một điều gì đó khiến bạn quan tâm, chẳng hạn một lĩnh vực nghiên cứu, một vấn đề thực tiễn hay một câu hỏi trong Kinh thánh. Nhưng đây chưa phải là vấn đề nghiên cứu, mà chỉ là khởi điểm. Các ý tưởng để nghiên cứu thần học thường đến từ một trong hai thế giới: thế giới thực và thế giới nghiên cứu.

- *Thực tế cuộc sống*. Nghiên cứu trong lĩnh vực thần học thực hành thường bắt đầu bằng một vấn đề có thực trong cuộc sống. Những vấn đề trong thực tế cuộc sống là những nan đề thực tiễn trong hội thánh và/hay cộng đồng. Ví dụ: bệnh dịch HIV/AIDS đã gây ra hàng loạt những vấn đề thực tế trong cộng đồng và hội thánh tại Nam Phi. Những nan đề này bao gồm rất nhiều trẻ em mồ côi, người già phải nuôi trẻ nhỏ, những mê tín về nguyên nhân và cách chữa trị HIV/AIDS, thành kiến từ hội thánh đối với những người bị HIV dương tính, nhu cầu to lớn về chăm sóc sức khỏe từ gia đình, và nhiều điều khác nữa. Bất kỳ điều nào trong những điều này cũng có thể là xuất phát điểm cho một đề án nghiên cứu.
- *Nghiên cứu*. Xuất phát điểm cho một bài nghiên cứu trong lĩnh vực *nghiên cứu Kinh thánh* và *thần học hệ thống* (và một số đề tài trong thần học thực hành) nằm trong những nghiên cứu hiện có. Khi bạn học Kinh thánh và đọc các sách cũng như bài viết học thuật, bạn sẽ bắt đầu ghi chú những câu hỏi nào đã được trả lời và câu nào chưa. Những "lỗ hổng" trong các nghiên cứu hiện tại tạo cơ hội

để nghiên cứu thêm. Ví dụ: trong khi học sách Ma-thi-ơ, một sinh viên khám phá ra rằng sự đoán phạt là một chủ đề chính; anh để ý rằng sáu lần Ma-thi-ơ dùng cụm từ 'khóc lóc và nghiến răng' (trong số bảy lần trong Kinh thánh), nhưng anh thấy chưa có ai thực hiện nghiên cứu sâu về cụm từ này và đóng góp của nó vào thần học trong sách Ma-thi-ơ. Lỗ hổng này trong hiểu biết học thuật hiện tại mở đường cho luận văn thạc sĩ Thần học của anh.

Xin nhắc lại: việc nghiên cứu bắt đầu với điều *bạn quan tâm*. Đây là điều quan trọng. Nghiên cứu là một công việc có nhiều đòi hỏi, kéo dài và cô đơn. Bạn cần tìm đề tài thú vị. Bạn cần yêu thích lĩnh vực mình chọn. Đừng để mình bị thuyết phục chọn nghiên cứu một đề tài không có gì lôi cuốn.

Tổng Quan Tài Liệu Sơ Khởi

Khi đã có ý tưởng nghiên cứu, bạn cần bắt đầu tiến trình gạn lọc ý tưởng thành một vấn đề nghiên cứu trọng tâm. Đây là tiến trình đầy thách thức. Mouton nhận xét các sinh viên hiếm khi gặp khó khăn trong việc nhận ra những ý tưởng nghiên cứu tiềm năng. "Tuy nhiên, thách thức thật sự là lấy ý tưởng đó chuyển hóa thành một vấn đề hay câu hỏi nghiên cứu. Trong kinh nghiệm của tôi, hầu hết sinh viên đều thấy đây là tiến trình rất khó khăn và tiêu tốn thời gian".[1]

Bước đầu tiên trong việc tinh lọc ý tưởng nghiên cứu thành câu hỏi nghiên cứu là thực hiện tổng quan tài liệu sơ khởi. Đây là việc xem lướt các tài liệu học thuật liên quan đến đề tài của bạn để xem điều gì đã có và những câu hỏi chưa được giải quyết (hay chưa từng được đặt ra). Khi bạn xem qua tài liệu, những câu hỏi

---

1. Mouton, 149

mới và những góc nhìn sáng tạo để xem xét đề tài sẽ nổi lên. Dưới đây là ba ví dụ về việc xem xét tài liệu giúp bạn phát triển ý tưởng nghiên cứu như thế nào.

1. Tổng quan tài liệu sơ khởi sẽ báo cho bạn biết những khuynh hướng hiện tại trong lĩnh vực bạn quan tâm. Biết những khuynh hướng này sẽ giúp bạn hướng bài nghiên cứu của mình vào lỗ hổng trong nghiên cứu. Tôi bắt đầu luận án tiến sĩ bằng mối quan tâm lớn về việc dịch Kinh thánh. Nhận biết sự phát triển gần đây, những người ủng hộ tôi đã cho tôi biết một vài xuất bản mới. Các bài báo đưa ra khung triết học mới cho việc dịch. Ngay lập tức, tôi nhận thấy khoảng trống để nghiên cứu thêm – chưa ai nghiên cứu những hàm ý thực tiễn hay lý thuyết của việc sử dụng khung mới để phát triển phương pháp dịch thuật.

2. Tổng quan tài liệu sơ khởi sẽ giúp bạn giới hạn bài nghiên cứu để bảo đảm tính khả thi. Ý tưởng nghiên cứu ban đầu của bạn sẽ quá rộng, khó có thể là một vấn đề nghiên cứu; bạn cần giới hạn nó lại. Một ứng viên mới cho học vị Thạc sĩ Thần học bắt đầu với mối quan tâm đến điều Cựu Ước dạy về Đức Thánh Linh. Nhận thấy anh cần giới hạn trọng tâm, giáo sư hướng dẫn đã khuyên anh xem lại các tài liệu hiện có về đề tài; và cho anh vài mẹo để giúp anh bắt đầu. Khi anh đọc nhiều về ý tưởng nghiên cứu của mình, anh giảm bớt phạm vi nghiên cứu, trước tiên là các sách tiên tri, sau đó chỉ còn sách Xa-cha-ri. Một ứng viên khác bắt đầu với sự quan tâm tìm hiểu xem thiên đàng đối với tín hữu như thế nào. Cô bắt đầu với cảm giác rằng chưa có nhiều nghiên cứu về đề tài này, nhưng chẳng bao lâu sau, cô phát hiện ra có nhiều người đã viết về nó. Cô dừng lại ở việc nghiên cứu một đoạn văn trong Khải Huyền dạy về thiên đàng.

3. Tổng quan tài liệu sơ khởi có thể cho bạn biết ý tưởng nghiên cứu của bạn có khả thi không. Một đồng nghiệp giúp đỡ

một ứng viên Thạc sĩ Thần học, người này quyết định viết luận văn về sự xưng công bình trong thư Rô-ma. Anh đồng nghiệp đã cảnh báo cô ứng viên rằng đề tài của cô quá bao quát đến nỗi không cần phải nghiên cứu gì thêm khi trở lại lĩnh vực đã quen thuộc, nhưng cô không nghe. Họ thỏa thuận rằng cô cứ tìm đọc thoải mái về sự xưng công bình trong Rô-ma; nếu cô có thể nhận ra khoảng trống trong tài liệu đã có hay nảy sinh góc nhìn mới thì cô tiếp tục. Bằng không, cô phải nghĩ cách khác.

Đây là một vài giá trị khi thực hiện bài khảo sát tài liệu. Nó có thể dẫn bạn đi đến việc từ bỏ ý tưởng nghiên cứu nghèo nàn trước đó. Nếu việc nghiên cứu sơ khởi khẳng định ý tưởng là khả thi, thì nó giúp bạn nhận ra lỗ hổng trong nghiên cứu hiện hành và giới hạn phạm vi của bài nghiên cứu dự định.

Vấn Đề Chính

Bước ba là phát biểu vấn đề nghiên cứu chính trong một câu. Vấn đề chính rõ ràng và đi vào trọng tâm được trình bày cẩn thận là điều thiết yếu cho một bài nghiên cứu có hiệu quả và hiệu lực. Vấn đề nghiên cứu có thể được phát biểu dưới dạng một câu khẳng định, một câu hỏi hay một mục tiêu. Dùng hình thức nào không quan trọng. (Tôi thường bảo các sinh viên của mình phát biểu vấn đề nghiên cứu dưới dạng câu hỏi, nhưng các hình thức khác cũng được). Các ví dụ sau minh họa cách phát biểu vấn đề chính dưới dạng một câu hỏi, câu khẳng định hay mục tiêu mà không làm thay đổi ý nghĩa cơ bản của nó.

Câu khẳng định	Câu hỏi	Mục tiêu
Bài nghiên cứu sẽ xem xét cách các hội thánh tại Swaziland chăm sóc những gia đình theo chế độ đa thê gia nhập hội thánh.	Hội thánh tại Swaziland chăm sóc những gia đình theo chế độ đa thê gia nhập hội thánh như thế nào?	Mục tiêu chính của bài nghiên cứu là xác định cách các hội thánh tại Swaziland chăm sóc các gia đình theo chế độ đa thê gia nhập hội thánh.
Câu khẳng định	**Câu hỏi**	**Mục tiêu**
Bài nghiên cứu sẽ cố gắng khám phá những tiêu chí và mục tiêu mà người biên tập các Thi Thiên đã dùng để sắp xếp Thi Thiên 42-49	Những tiêu chí và mục tiêu mà người biên tập đã dùng để sắp xếp Thi Thiên 42-49 là gì ?	Mục tiêu của bài nghiên cứu là xác định những tiêu chí và mục tiêu những nhà biên tập Thi Thiên đã dùng để sắp xếp Thi Thiên 42-49.

Cho dù bạn chọn phát biểu vấn đề dưới dạng một câu khẳng định, một câu hỏi hay một mục tiêu, bạn cũng phải viết trong *một câu*. Nếu bạn không thể nói trong một câu rõ ràng, thì vấn đề chưa thật sự rõ trong đầu bạn. Bạn càng phát biểu vấn đề nghiên cứu cách đơn giản và chính xác, thì công việc của bạn về sau sẽ càng dễ dàng.

Nguyên Tắc Vàng: *Nguyên tắc vàng để hình thành một vấn đề nghiên cứu là bạn phải phát biểu trong một câu!*

Vấn đề của bạn phải được phát biểu rõ ràng đến nỗi bất kỳ ai ở đâu trên thế giới (những người có thể đọc tiếng Việt) đều có thể đọc, hiểu và phản ứng mà không cần sự trợ giúp. Nếu vấn đề *không* được phát biểu rõ ràng và chính xác, thì bạn chỉ đang tự lừa dối rằng bạn biết vấn đề. Sự lừa dối bản thân như vậy chỉ sẽ gây rắc rối cho bạn về sau.[2]

---

2. Leedy, 63.

Làm thế nào chuyển ý tưởng nghiên cứu thành lời tuyên bố vấn đề? (Chúng tôi giả định vấn đề sẽ được phát biểu dưới dạng câu hỏi, nhưng những nguyên tắc này cũng áp dụng được nếu bạn thích phát biểu dưới dạng câu khẳng định hay một mục tiêu). Mỗi câu hỏi có hai thành phần:

1. Đối tượng: điều bạn định nghiên cứu.

2. Phần bổ sung: điều bạn định khám phá về nó.

Một vài ví dụ đơn giản sẽ giúp bạn hiểu hai yếu tố này:

Đối tượng	Phần bổ sung	Câu hỏi
người lãnh đạo	tại sao họ rời Hội thánh?	'Tại sao người lãnh đạo giỏi rời Hội thánh?'
thiên đàng	thiên đàng như thế nào?	'Cuộc sống trên thiên đàng sẽ như thế nào?'
Thi Thiên 3-8	chuyển tải sứ điệp gì?	'Những sự dạy dỗ chính của Thi Thiên 3-8 là gì?'

Qua xem xét, tiến trình hình thành câu hỏi sẽ như sau :

• Đối tượng: quyết định chủ đề bạn muốn nghiên cứu.

• Phần bổ sung: quyết định điều bạn muốn khám phá về chủ đề đó.

• Câu hỏi: xếp hai phần lại với nhau như một câu hỏi.

Mỗi ví dụ trên là một câu hỏi đơn giản. *Một câu hỏi nghiên cứu* hay thường phức tạp hơn. Những nguyên tắc này cũng áp dụng cho những câu hỏi phức tạp hơn. Sự khác nhau thường nằm ở đối tượng, thường có khuynh hướng cụ thể hơn trong câu hỏi nghiên cứu.

Đối tượng	Phần bổ sung	Câu hỏi
giới lãnh đạo trong các hội thánh Báp-tít tại Kwazulu-Natal	tại sao nhiều người bỏ đi?	'Những nhân tố nào khiến các mục sư rời khỏi các hội thánh Báp-tít ở KwaZulu-Natal?'
thiên đàng trong Khải Huyền 21:1-8	thiên đàng ra sao?	'Khải Huyền 21:1-8 dạy gì về cuộc sống trên thiên đàng?'
sắp xếp Thi Thiên 3-8	lý do các nhà biên tập xếp chúng theo thứ tự này?	'Việc xếp Thi Thiên 3-8 bày tỏ gì về mục tiêu của những người biên tập?'

Trong mỗi ví dụ trên, đối tượng được thu hẹp rất nhiều (chính xác hơn) so với những câu hỏi đơn giản trong các ví dụ trước. Chúng ta thu hẹp đối tượng từ "những người lãnh đạo" còn "người lãnh đạo giáo hội Báp-tít tại Kwazulu-Natal". Bạn không thể nghiên cứu tất cả lãnh đạo ở khắp nơi, nhưng bạn có thể nghiên cứu một nhóm người lãnh đạo cụ thể (Báp-tít) trong một khu vực được giới hạn (KwaZulu-Natal). Một nghiên cứu tỉ mỉ các phân đoạn Kinh thánh nói về thiên đàng là điều không thực tế, nhưng nghiên cứu điều một phân đoạn then chốt (Khải 21:1-8) dạy thì thực tế. Chúng ta thu hẹp đối tượng để bài nghiên cứu được khả thi. Tương tự, một bài nghiên cứu giải kinh Thi Thiên 3-8 là không thực tế. Nhưng qua việc thu hẹp trọng tâm về *việc sắp xếp* Thi Thiên 3-8, thì phạm vi nghiên cứu trở nên dễ thực hiện.

Điều thường xảy ra là bạn bắt đầu với một đối tượng khái quát trong trí (ý tưởng nghiên cứu), nhưng khi bạn đọc nhiều về đề tài (tổng quan tài liệu sơ khởi), bạn bắt đầu thu hẹp phạm vi nghiên cứu bằng cách chọn tập trung vào một khía cạnh cụ thể của chủ đề khái quát- từ những người lãnh đạo thành những người lãnh đạo Báp-tít tại KwaZulu-Natal, từ thiên đàng thành thiên đàng trong Khải 21:1-8, từ Thi Thiên 3-8 thành sự sắp xếp Thi Thiên 3-8. Điều bạn đã làm là *giới hạn* phạm vi vấn đề.

Cuối cùng, ở đây có hai mẹo thực tiễn giúp bạn tránh cạm bẫy chung mà những người mới nghiên cứu thường rơi vào. Thứ nhất, đừng phát biểu vấn đề chính theo kiểu cho phép câu trả lời 'có', 'không'. Một câu hỏi nghiên cứu thần học hay không bao giờ cho phép câu trả lời 'có' hay 'không'. Hãy hỏi "nguyên nhân gây chia rẽ hội thánh là gì?" thay vì hỏi "Có phải Sa-tan là nguyên nhân gây chia rẽ hội thánh không?" "Ma-thi-ơ 19:1-12 dạy gì về ly dị và tái hôn" sẽ hay hơn câu hỏi "Ma-thi-ơ 19:1-12 có cho phép một người đã ly dị tái hôn không?" Thứ hai, đừng đặt câu hỏi mà bạn biết câu trả lời. Các ứng viên Thạc sĩ thường bắt đầu với một kế hoạch giấu kín. Họ tin chắc điều gì đó, rồi dự định dùng luận văn để tuyên bố sự xác tín của họ cho thế giới. Họ không nhận ra rằng luận văn là bài nghiên cứu, không phải bài tuyên truyền. Bài nghiên cứu phải tìm kiếm giải pháp cho những vấn đề chưa được giải quyết, tìm lời giải đáp cho những câu hỏi chưa được trả lời. Nếu bạn tin chắc bạn biết câu trả lời cho câu hỏi trước khi bạn nghiên cứu, thành kiến của bạn sẽ cản trở bạn đánh giá đúng bài nghiên cứu. Hoặc viết một quyển sách bày tỏ sự xác tín của mình hoặc chọn một đề tài khác để viết luận văn.

Tóm lại, hãy phát biểu vấn đề chính trong một câu. Đó có thể là một câu khẳng định, một câu hỏi hay một mục tiêu. Nó cần chỉ rõ điều bạn sẽ nghiên cứu (đối tượng) và điều bạn mong ước khám phá về nó (phần bổ sung). Trong vấn đề nghiên cứu, lĩnh vực đề tài cần được thu hẹp lại. Tránh những câu hỏi đưa ra câu trả lời có hoặc không; đừng đặt những câu hỏi nặng nề mà bạn tự nghĩ ra.

Những Câu Hỏi Then Chốt

Mặc dù đề án nghiên cứu tìm cách giải quyết một vấn đề nghiên cứu, nhưng vấn đề chính thường rất rộng, khó mà giải quyết tất cả. Do đó, phân ra thành vài câu hỏi then chốt thường rất hữu ích. Trả lời những câu hỏi then chốt tự nhiên đưa đến giải quyết vấn đề chính. Trong một luận văn, thường có một câu hỏi then chốt cho từng chương (ngoại trừ phần nhập đề và kết luận).

Bạn cần nhận biết rằng các tác giả khác nhau (và giáo sư hướng dẫn khác nhau) dùng những thuật ngữ khác nhau để chỉ cùng sự việc. Ví dụ: vấn đề nghiên cứu chính có thể được nhắc đến như là vấn đề, câu hỏi, ý định, mục tiêu hay mục đích của nghiên cứu. Điều chúng ta đang gọi là những câu hỏi then chốt thường được nói đến như là vấn đề phụ hay mục tiêu nghiên cứu. Cho dù thuật ngữ bạn ưa thích là gì, lúc nào cũng có một vấn đề chính (hay câu hỏi hay mục tiêu) được phân thành một chuỗi những vấn đề nhỏ hơn (hay câu hỏi hoặc mục tiêu).

Để nhận ra những câu hỏi then chốt, hãy tự đặt ra những câu hỏi dẫn đến giải đáp cho câu hỏi chính. Nếu bạn hỏi đúng câu hỏi theo đúng thứ tự, bài nghiên cứu của bạn sẽ tự nhiên đâu vào đó. Xem ví dụ dưới đây:

Vấn đề chính	Các hội thánh tại Swaziland nên chăm sóc những gia đình theo chế độ đa thê gia nhập vào hội thánh như thế nào?
Những câu hỏi then chốt	• Những tập tục văn hóa nào liên quan đến chế độ đa thê đem đến những thách thức mang tính mục vụ cho hội thánh? • Các hội thánh hiện tại xử lý những thách thức này như thế nào? • Những nguyên tắc Kinh thánh nào mục sư cần phải nhớ khi chăm sóc những gia đình theo chế độ đa thê này? • Những bước thực tiễn nào hội thánh cần thực hiện để nâng cao mục vụ đối với những gia đình này?

Bây giờ chúng ta có thể dễ dàng biến đổi danh sách câu hỏi này thành tựa đề luận văn và dàn ý:

Tựa đề	Hội thánh nên chăm sóc những gia đình theo chế độ đa thê tại Swaziland như thế nào?
Chương	• Chế độ đa thê tại Swaziland: một tập tục gây khó khăn. • Cách các hội thánh hiện tại xử lý vấn đề. • Những nguyên tắc Kinh thánh để đối phó với tình trạng đa thê. • Hướng đến một phương pháp mục vụ hiệu quả.

Dưới đây là một ví dụ khác:

Vấn đề chính	Thói quen dâng phần mười trong Cựu Ước được dạy trong Ma-la-chi 3:8-12 có liên hệ với tín hữu thời Tân Ước như thế nào?
Những câu hỏi then chốt	• Cựu Ước dạy gì về việc dâng phần mười? • Ma-la-chi 3:8-12 có ý nghĩa gì đối với những độc giả nguyên thủy? • Tân Ước dạy gì về dâng phần mười? • Sứ điệp của Ma-la-chi 3:8-12 liên hệ thế nào với tín hữu Tân Ước?

Lưu ý rằng nếu người nghiên cứu trả lời đúng tất cả những câu hỏi then chốt, thì người đó sẽ trả lời được câu hỏi chính. Bạn có nhìn thấy mỗi câu hỏi then chốt có thể mô tả dễ dàng một chương của luận văn (hay một phần của bài báo) không? Dàn ý của bài nghiên cứu này có thể như sau:

Tựa đề	Dâng phần mười trong Ma-la-chi 3:8-12 liên hệ với Cơ Đốc nhân như thế nào.
Chương	1. Dâng phần mười trong Cựu Ước. 2. Giải kinh Ma-la-chi 3:8-12. 3. Dâng phần mười trong Tân Ước. 4. Dâng phần mười và Cơ Đốc nhân.

Một khi bạn nhận ra vấn đề chính và các câu hỏi then chốt, đề án nghiên cứu của bạn bắt đầu định hình. Bạn có được tựa đề bài nghiên cứu, vấn đề chính cần giải quyết, chuỗi hợp lý các bước để giải quyết và chìa khóa dẫn đến bố cục căn bản. Bước cuối cùng trong việc hình thành vấn đề nghiên cứu là trình bày chi tiết.

Trình Bày Chi Tiết Vấn Đề

Bước cuối cùng là trình bày chi tiết vấn đề nghiên cứu. Bước này bao gồm việc hoàn tất những phần sau:

- Giả thuyết
- Ranh giới
- Định nghĩa
- Giả định
- Giá trị

Chúng tôi sẽ bàn đến từng thành phần một.

Giả thuyết

Giả thuyết là gì? Theo Leedy, "giả thuyết là những phỏng đoán thông minh, mang tính thăm dò được đưa vào nhằm mục đích hướng suy nghĩ của người nào đó đến giải pháp cho vấn đề".[3] Khi đã hình thành một vấn đề nghiên cứu, bạn đưa ra một phỏng đoán dựa trên kiến thức về giải pháp của vấn đề là gì. Phỏng đoán này hướng dẫn suy nghĩ của bạn. Bạn bắt đầu quyết định xem dữ liệu có chứng minh giả thuyết (lý thuyết ban đầu) của bạn không. Điều này giúp bạn tập trung phân tích dữ liệu.

Các nhà thần học không đồng ý về việc một giả thuyết có phải là yếu tố cần thiết của đề cương nghiên cứu *thần học* không. Trong nhiều môn học khác, kiểm tra giả thuyết là phương pháp tốt nhất. Nghiên cứu y học là một ví dụ hay; người nghiên cứu nghi ngờ cách chữa trị cụ thể nào đó có thể giúp những người mắc bệnh, vì vậy, anh ta phác họa một loạt các thí nghiệm để kiểm tra giả thuyết của mình. Trong nghiên cứu thần học, giả thuyết không

---

3. Leedy, 75.

phải lúc nào cũng cần thiết. Đây là một vấn đề khác mà bạn nên tham khảo ý kiến của giáo sư hướng dẫn.

Nếu bạn quyết định đặt bài nghiên cứu của mình trên cơ sở của một giả thuyết, thì toàn bộ phân tích của bạn phải nhằm xác định xem bằng chứng có chứng minh đó là giải pháp cho vấn đề nghiên cứu hay không. Đến cuối bài nghiên cứu, bạn phải chấp nhận, từ chối hay điều chỉnh giả thuyết của mình. Chúng tôi dùng từ 'chấp nhận' hay 'từ chối' thay vì 'chấp thuận' hay 'bác bỏ' vì các khám phá nghiên cứu không phải là chứng cứ tuyệt đối. Hơn nữa, chứng minh giả thuyết không phải là mục tiêu nghiên cứu; kiểm tra giả thuyết mới là mục tiêu. Dù bạn chấp nhận, từ chối hay sửa đổi thì nó cũng không liên quan đến thành công của bài nghiên cứu. Nếu bằng chứng dẫn đến một kết luận khác với điều bạn dự tính khi bắt đầu, hãy chấp nhận nó. Nếu bạn cảm thấy áp lực phải chứng minh giả thuyết của mình, bạn có thể bóp méo dữ liệu để được thành công. Hãy nói với lòng mình ngay từ đầu rằng không có áp lực buộc bạn phải chấp nhận; điều này sẽ giúp bạn giữ được sự khách quan. Thật vậy, nó cho thấy sự chính xác và khách quan nếu những khám phá không chứng minh được giả thuyết của bạn.

Giả thuyết liên hệ trực tiếp đến câu hỏi nghiên cứu. Do đó, bạn có thể chỉ có một giả thuyết cho mỗi câu hỏi nghiên cứu. Điều này có nghĩa là bạn chỉ có một giả thuyết chính liên quan đến vấn đề chính và một giả thuyết phụ cho từng câu hỏi then chốt. Chúng tôi nói "có thể" vì nhiều người nghiên cứu thích làm việc với chỉ một giả thuyết chính. Một lần nữa, nếu bạn đang chuẩn bị viết luận văn, hãy xem giáo sư hướng dẫn bạn mong muốn gì.

Các ranh giới

Ranh giới là những giới hạn tự đặt ra, là cách bạn chọn để giới hạn phạm vi của bài nghiên cứu. Ranh giới cho biết điều bạn sẽ *loại trừ* khỏi bài nghiên cứu, điều bạn sẽ *không* nghiên cứu. Chúng gạn lọc vấn đề bằng cách phân định ranh giới. Chúng giúp bài nghiên cứu trở nên khả thi bằng cách thu hẹp phạm vi. Chúng giúp bạn tập trung vào điều có liên quan tới vấn đề và tránh đi lòng vòng. Nhận xét của Leedy là đúng:

> Chỉ người nghiên cứu nào suy nghĩ cẩn thận về vấn đề và tâm điểm mới phân biệt giữa cái gì liên quan và không liên quan *tới vấn đề*. Tất cả những cái không liên quan phải được kiên quyết loại trừ trong lời khẳng định ranh giới.[4]

Ranh giới ảnh hưởng trực tiếp đến phạm vi của các khám phá. Nếu bạn giới hạn bài nghiên cứu cho "các tín hữu nói tiếng Zulu tại Assembles of God ở tỉnh Gauteng", bạn không thể rút ra kết luận áp dụng cho Assembles of God trên khắp Nam Phi.

Loại ranh giới nào thường nằm trong nghiên cứu thần học? Dưới đây là những hình thức ranh giới thường gặp (đừng xem đây là danh sách đầy đủ):

- *Theo kinh điển*: giới hạn bài nghiên cứu trong những phần chính được chọn lọc từ Kinh thánh. Một bài khóa luận có thể không thể đề cập "điều Cựu Ước dạy về sự sống sau khi chết", nhưng có thể đề cập "sự sống sau khi chết trong sách Thi Thiên".
- *Theo vùng địa lý*: giới hạn nghiên cứu trong một vùng (hay các vùng) cụ thể. Để nghiên cứu nhu cầu huấn luyện cho các phu nhân mục sư tại Nam Phi, bạn cần phỏng vấn tất cả các phu nhân mục sư trên khắp nước Nam Phi; điều này có thể không khả thi. Bằng cách giới hạn nghiên cứu trong vùng Cape Town, nghiên cứu sẽ trở nên khả thi.
- *Theo văn hóa*: giới hạn bài nghiên cứu theo khu vực văn hóa hay ngôn ngữ. Bạn có thể nghiên cứu vấn đề: 'Thế giới thần linh dưới cái nhìn của văn hóa truyền thống Phi

---

4. Leedy, 74.

Châu' không? Chúng tôi không chắc bạn có thể. Mặc dù có nhiều điểm chung, nhưng các nền văn hóa Phi Châu không giống với thế giới quan của chúng. Sẽ khả thi hơn khi hỏi: "Thế giới thần linh dưới cái nhìn của văn hóa truyền thống Zulu?"

- *Theo lịch sử*: giới hạn nghiên cứu trong một giai đoạn cụ thể. Nếu mục tiêu nhắm đến sự sâu sắc toàn diện, thì bài nghiên cứu về lịch sử thường phải được giới hạn trong một giai đoạn nào đó. Giai đoạn càng ngắn, thì bạn có thể càng nghiên cứu sâu hơn.

- *Theo giáo hội*: giới hạn bài nghiên cứu trong hội thánh hay hệ phái nào đó. Bạn không thể thực hiện nghiên cứu thực nghiệm về nguyên nhân chia rẽ hội thánh tại Nam Phi; có hàng ngàn nguyên nhân. Có lẽ bạn có thể xem xét nguyên nhân chia rẽ hội thánh trong Hội thánh Báp-tít ở Nam Phi (có lẽ phải thêm giới hạn địa lý và lịch sử).

- *Theo khái niệm*: giới hạn các yếu tố mang tính khái niệm trong bài. Một luận văn đánh giá "bản dịch các bản văn liên quan đến thần tánh của Đấng Christ trong New World Translation" thì không cần sử dụng tài liệu về Đấng Christ học nói chung. Khi giới hạn, người nghiên cứu có thể không phải đào sâu vào những tranh luận giáo lý.

Tựa đề có thể bao gồm vài ranh giới chính. Ví dụ: tựa đề "nhận biết những nguyên nhân gây chia rẽ hội thánh trong Hội Báp-tít Nam Phi giữa 1980 và 2005" có ba ranh giới- giáo hội (Báp-tít), địa lý (Nam Phi) và lịch sử (1980-2005). Dưới những ranh giới này, bạn có thể hướng sự lựa chọn của mình đến những giới hạn này và, nếu cần, có thể thêm những giới hạn khác không có trong tựa đề.

Định nghĩa

Mục đích của phần định nghĩa các thuật ngữ trong đề cương nghiên cứu là giúp độc giả theo dõi lập luận của bạn. Phải định nghĩa thuật ngữ mà *bạn* sẽ dùng trong bài nghiên cứu. Độc giả có đồng ý với định nghĩa của bạn hay không không quan trọng. Bằng cách báo cho độc giả biết điều bạn muốn nói khi dùng một thuật ngữ cụ thể, bạn giúp họ theo dõi lập luận của mình và giảm thiểu khả năng hiểu sai.

Nên định nghĩa những thuật ngữ nào? Thứ nhất, bạn chỉ nên định nghĩa những thuật ngữ then chốt để hiểu đề cương nghiên cứu. Nói cách khác, bám sát những thuật ngữ chủ chốt trong bài nghiên cứu. Những thuật ngữ ít quan trọng hơn có thể được định nghĩa khi xuất hiện lần đầu trong bài. Thứ hai, bạn nên định nghĩa thuật ngữ mà độc giả có hiểu biết có thể hoặc là không hiểu hay hiểu sai. Ba phân loại sau thường xuyên xuất hiện:

- *Những thuật ngữ chuyên môn không thông dụng.* Bạn có thể giả định độc giả của mình là người khá am tường về các biệt ngữ thần học. Định nghĩa những từ ngữ chính mà có thể họ không biết. Nếu đề tài của bạn là dịch Kinh thánh, bạn không cần định nghĩa tương đương năng động (dynamic equivalence), nhưng bạn nên định nghĩa bản dịch gián tiếp (một phương pháp mới dựa trên khuôn mẫu truyền thông được gọi là thuyết liên quan [relevance theory]). Một luận án tiến sĩ về đạo đức của công nghệ di truyền không cần định nghĩa thuyết vị lợi (utilitarianism), nhưng những nhà đạo đức học có thể không biết chính xác công nghệ soma (somatic engineering) là gì.
- *Những thuật ngữ không phải chỉ có một ý nghĩa được chứng thực.* Nếu từ ngữ chính trong đề cương của bạn có

nhiều hơn một nghĩa đã được chứng thực (attested) trong tài liệu học thuật, bạn cần nói rõ bạn muốn nói nghĩa nào. Một số người dùng từ missio Dei để nói đến sứ mạng của Đức Chúa Trời là giải hòa con người với chính Ngài, trong khi những người khác dùng với ngụ ý nhân đạo xã hội. Cách dùng đã được chứng thực của từ thần học Kinh thánh bao gồm một phong trào của thế kỷ hai mươi, một phương pháp thần học Cựu Ước và Tân Ước, và chỉ là thần học theo phương pháp Kinh thánh. Ý nghĩa được gán cho phép Báp-têm trong Đức Thánh Linh thay đổi tùy phong trào giáo hội. Khi dùng những loại thuật ngữ này, bạn phải nói rõ bạn muốn nói ý nghĩa nào.

- *Những thuật ngữ bạn dùng với sắc thái riêng biệt.* Nếu bạn định dùng một thuật ngữ với ý nghĩa hơi khác với cách dùng thông thường trong tài liệu học thuật, hãy giải thích sự khác biệt. Ở Ethiopia, nhà truyền bá Phúc Âm (evangelist) có một ý nghĩa đặc biệt. Nhiều hội thánh có những nhân sự, mục sư và nhà truyền bá Phúc Âm trọn thời gian. Khi người Ethiopia nói đến nhà truyền bá Phúc Âm, họ muốn nói với ý nghĩa hơi khác với ý nghĩa hầu hết các Cơ Đốc nhân muốn nói.

Bạn *không* nên định nghĩa những thuật ngữ mà độc giả có hiểu biết sẽ hiểu. Một trong những sinh viên Thạc sĩ Thần học của chúng tôi viết hai đoạn văn trong luận văn của mình, định nghĩa từ *Cựu Ước*; điều này xúc phạm đến độc giả hiểu biết. Thậm chí những từ như sự xưng công bình, đạo đức học tình huống, thuyết hữu thần, hay phê bình tài liệu cũng không cần định nghĩa, trừ phi bạn dùng chúng với những sắc thái khác với cách dùng thông thường.

Nên định nghĩa bao nhiêu thuật ngữ? Không có câu trả lời chuẩn mực. Về nguyên tắc, cần bao nhiêu định nghĩa bấy nhiêu, nhưng càng ít càng tốt. Một số nghiên cứu không cần định nghĩa; một số khác thì có nhiều biệt ngữ chuyên môn nên đòi hỏi có nhiều định nghĩa. Độc giả của nghiên cứu thần học thường khá am tường về thần học. Cho nên, bài nghiên cứu giải kinh sử dụng thuật ngữ thông thường không cần có định nghĩa. Tuy nhiên, nếu một sinh viên thần học viết luận án tiến sĩ về đạo đức của công nghệ di truyền, trong đó anh ta nghiên cứu sâu vào tiến trình y khoa, anh ta có thể cần phải định nghĩa nhiều thuật ngữ vì độc giả của anh có thể không quen thuộc với những từ y khoa.

Phần thảo luận về định nghĩa các thuật ngữ có liên quan đến tiến trình phát biểu vấn đề nghiên cứu trong đề cương nghiên cứu. Trong một báo cáo nghiên cứu, chẳng hạn như luận văn, bạn có thể thêm vào bảng chú giải thuật ngữ toàn diện hơn. Một lựa chọn khác là nhiều thuật ngữ có thể được định nghĩa khi xuất hiện lần đầu trong phần thân của báo cáo.

Giả định

Giả định (hay giả thiết) là "những điều cho sẵn", củng cố suy nghĩ và phương pháp luận của bạn. Chúng là những điều bạn cho là đương nhiên, điều bạn xem là hiển nhiên, những chân lý căn bản làm nền tảng cho nghiên cứu của bạn.

Giả định của bạn có thể đúng hoặc không đúng. Ví dụ: bạn có thể đặt nghiên cứu của mình trên nền tảng triết lý của một nghiên cứu trước đó. Nếu nghiên cứu đó sau này được chứng minh là sai, thì nghiên cứu của bạn cũng sai. Trong những năm của thập niên 1960, Eugene Nida là nhà lý luận hàng đầu trên thế giới về dịch Kinh thánh. Ông phát triển ý tưởng dựa trên những học thuyết ngôn ngữ hay nhất thời bấy giờ. Ngày nay, các khuôn mẫu ngôn ngữ đã thay đổi, một số quan điểm của Nida rơi vào danh sách cần xem xét.

Độc giả của bạn có thể đồng ý hay không đồng ý với giả định của bạn. Khi nói rõ giả định của mình, bạn báo cho độc giả biết xu hướng cá nhân của bạn và giúp họ theo dõi lập luận của bạn. Nếu bạn thực hiện giải kinh một phân đoạn trong sách Phúc âm dựa trên quan điểm sách Ma-thi-ơ được viết trước, thì những người cho rằng sách Mác được viết trước có thể gặp khó khăn khi theo dõi dòng tư tưởng của bạn. Mặc dù người đó có thể không đồng ý với quan điểm của bạn, nhưng nhờ báo cho người ấy biết rằng nghiên cứu của bạn giả định Ma-thi-ơ được viết trước, bạn giúp người ấy có thể hiểu phần phân tích của bạn.

Những giả định nào bạn cần tuyên bố? Đó là bất kỳ giả định nào ảnh hưởng thiết yếu đến bài nghiên cứu của bạn. "Một nhiệm vụ quan trọng trong tư duy nghiên cứu là đặt câu hỏi: 'giả định nào trong các giả định của tôi tác động đến cách tôi nghĩ và viết?'".[5] Xu hướng cá nhân của bạn (ví dụ: sự sáp nhập giáo hội, quan điểm thần học) làm suy yếu việc bạn giải thích dữ liệu như thế nào? Niềm tin hay học thuyết nào là nền tảng cho bài nghiên cứu? Hỏi những câu hỏi này sẽ giúp bạn xác định giả định nào bạn cần tuyên bố.

Vì các tài liệu học thuật không đồng ý về việc Ê-sai 40-66 có phải được Ê-sai viết vào thế kỷ thứ tám trước Công nguyên hay không, nên nếu bạn xem đây là điều đương nhiên *và* như thế sẽ ảnh hưởng nhiều đến lập luận hay kết luận của bạn, thì bạn cần nói rõ điều đó như một giả định. Nếu bạn bắt đầu phân tích có phải 1 Cô-rinh-tô 13:10 chứng minh việc chấm dứt các ân tứ thánh linh hay không, thì giáo hội và nền tảng thần học của bạn (ví dụ: Ngũ Tuần hay Cải Chánh) sẽ ảnh hưởng đáng kể đến tính khách quan; do đó, hãy đề cập bối cảnh của bạn. Có lẽ niềm tin của bạn về sự linh cảm về Kinh thánh hay phương pháp giải thích Kinh

---

5. Vyhmeister, 44.

thánh bạn yêu thích có tính quyết định đối với bài nghiên cứu đến nỗi bạn phải nói rõ ngay từ đầu.

Giá trị

Phần kết thúc vấn đề phải thôi thúc nghiên cứu bằng cách giải thích giá trị của nghiên cứu. Tùy vào tính chất của nghiên cứu mà nó có thể có giá trị lý thuyết và/hay thực tiễn. Bạn nên mô tả việc nghiên cứu đó hứa hẹn đóng góp như thế nào vào kiến thức hiện hành (giá trị lý thuyết) và/hoặc thực tế hiện tại (giá trị thực tiễn).

Khi bàn đến giá trị thực tiễn của nghiên cứu, bạn phải nêu *ai* được lợi, *tại sao* họ được lợi, và họ được lợi *như thế nào*. Vì mô hình mà chúng tôi đang giới thiệu không bắt đầu bằng phần nhập đề, nên đây là lúc cung cấp đôi điều về bối cảnh. Hãy mô tả ngắn gọn thực tế hiện tại và nghiên cứu đưa ra có thể giúp giải quyết vấn đề như thế nào. Nhưng xin giữ cho phần này ngắn và rõ ràng, tối đa là vài đoạn văn. Đừng đi lan man than thở hết năm trang giấy về tệ nạn xã hội.

Đây là một ví dụ về phần 'giá trị' cho một luận văn có tựa đề: "Những đề nghị thực tế về việc xây dựng một chương trình mục vụ thiếu nhi tại các hội thánh Assemblies of God ở Zimbabwe" được viết rất tốt:

> Qua các quan sát mang tính tự nhiên, với cương vị là một lãnh đạo trong Assemblies of God tại Zimbabwe, có một nhận định rằng mục vụ cho thiếu nhi phần lớn bị xao lãng trong các hội thánh của giáo hội. Dường như chỉ vài hội thánh dành ra một lượng phần trăm đáng kể trong ngân sách cho mục vụ thiếu nhi. Các mục vụ thiếu nhi hiện có dường như tập trung vào mục đích giải trí cho các em để chúng không gây ảnh hưởng giờ thờ phượng của người lớn, hơn là truyền giảng, môn đồ hóa và trang bị các em để phục vụ.

> Nghiên cứu này sẽ giúp xây dựng nét đặc trưng của mục vụ thiếu nhi trong Assemblies of God theo ba cách. Thứ nhất, thăm dò mô tả sẽ cung cấp dữ liệu chính xác về tình trạng hiện tại của mục vụ thiếu nhi. Thứ hai, phân tích các tài liệu học thuật và Kinh thánh sẽ nhấn mạnh tầm

quan trọng và giá trị của việc dành ưu tiên cho mục vụ thiếu nhi. Cuối cùng, và quan trọng nhất, nó sẽ giúp phát triển chiến lược để xây dựng nét đặc trưng của mục vụ thiếu nhi giữa các hội thánh và lãnh đạo hội thánh trong hệ phái.

Chỉ với 223 từ, kế hoạch chỉ ra ai sẽ nhận được lợi ích (hội thánh Assemblies of God tại Zimbabwe), tại sao họ được lợi (mục vụ thiếu nhi đang bị đánh giá thấp) và cách họ sẽ được lợi (xây dựng nét đặc trưng cho mục vụ thiếu nhi). Nó cung cấp đầy đủ thông tin về cơ bản để hiểu bối cảnh của nghiên cứu và đủ động lực để thuyết phục độc giả về giá trị của nghiên cứu.

Tóm Tắt

Đề cương nghiên cứu bao gồm hai phần: vấn đề cần nghiên cứu và kế hoạch nghiên cứu. Tiến trình phát triển ý tưởng nghiên cứu thành vấn đề nghiên cứu đầy đủ gồm năm bước:

1. Nhận diện ý tưởng nghiên cứu tạm thời.
2. Thực hiện tổng quan tài liệu sơ khởi.
3. Hình thành vấn đề nghiên cứu chính yếu.
4. Liệt kê 3-5 câu hỏi then chốt.
5. Trình bày chi tiết vấn đề nghiên cứu.

Ý tưởng nghiên cứu ban đầu chỉ là điều gì đó thu hút sự quan tâm của bạn; nó có thể hoặc không thể là một lĩnh vực nghiên cứu khả thi. Để quyết định xem đó có phải là một ý tưởng nghiên cứu hay không, bạn cần xem qua tài liệu trong lĩnh vực đó. Việc đọc tài liệu sẽ giúp bạn phân lập và hình thành một vấn đề nghiên cứu cụ thể. Vì vấn đề chính thường quá rộng khó mà giải quyết cách tổng thể, nên hãy phân chia thành vài câu hỏi then chốt mô tả các bước hợp lý đi từ vấn đề đến giải pháp. Cuối cùng, trình bày chi tiết vấn đề trong đề cương bằng cách nói đến những giả thuyết, ranh giới, định nghĩa, giả định và giá trị của nghiên cứu.

Chương 11

Kế Hoạch Nghiên Cứu

Kế hoạch nghiên cứu là một nửa còn lại của đề cương nghiên cứu. Nửa phần đầu trình bày vấn đề cần nghiên cứu. Nửa phần sau trình bày kế hoạch giải quyết. Kế hoạch cần tỉ mỉ, mô tả từng bước người nghiên cứu định thực hiện khi giải quyết vấn đề. Nhiều đề cương nghiên cứu hoàn toàn thất bại ở đây. Họ trình bày kế hoạch bằng từ ngữ tổng quát, mơ hồ đến nỗi người khác thật sự không biết *chính xác* ứng viên dự định giải quyết vấn đề bằng cách nào. Kế hoạch nghiên cứu phải được trình bày chi tiết và rõ ràng sao cho một người nghiên cứu khác chỉ cần đọc bản đề cương cũng có thể lặp lại nghiên cứu.

Chúng tôi gợi ý bản đề cương nghiên cứu nên bao gồm ba phần trong kế hoạch nghiên cứu:

- Bố cục bài nghiên cứu,
- Phương pháp luận của bài nghiên cứu,
- Danh mục tài liệu chú giải.

Chúng tôi sẽ dành một phần trong chương này cho từng thành phần trên.

Bố Cục

Bố cục bài nghiên cứu là phương cách tổng quát mà bạn sẽ dùng để giải quyết vấn đề nghiên cứu. Phần quan trọng nhất của bố cục là *cấu trúc* của bài nghiên cứu. Yếu tố tiêu chuẩn khác là khung thời gian.

Cấu trúc. Khi nói đến cấu trúc chúng tôi muốn nói đến việc xác định sự phân chia bài nghiên cứu hợp lý và theo tuần tự. Những bước chính yếu cần thiết là gì? Những bước này phải được xếp thứ tự như thế nào? Những bước này sẽ tạo thành các phần, chương hay mục chính của báo cáo nghiên cứu (bài viết, luận văn hay luận án). Khi bạn biết các bước và thứ tự của nó, thì thường sẽ dễ dàng thực hiện từng bước một trong việc xác định phương pháp luận chính xác cần cho từng bước.

Nói cách đơn giản nhất, nghiên cứu thần học có khuynh hướng là một trong hai loại: văn chương hoặc thực nghiệm. Vì mọi nghiên cứu thần học đều liên quan đến loại nghiên cứu văn chương nào đó, nên chúng tôi thường định nghĩa nghiên cứu là *nghiên cứu văn chương* nếu nó không có yếu tố thực nghiệm, nhưng gọi là *nghiên cứu thực nghiệm* nếu có thăm dò thực tế. Những nghiên cứu trong lĩnh vực nghiên cứu Kinh thánh và thần học hệ thống thường thiên về văn chương, trong khi nhiều nghiên cứu trong lĩnh vực thần học thực hành mang tính thực nghiệm.

Về nguyên tắc tổng quát chung, nghiên cứu trong thần học thực hành thường bắt đầu bằng cách xem xét một tình huống hiện tại, sau đó hình thành khuôn mẫu Kinh thánh về điều đó phải như thế nào, và đỉnh điểm là triển khai một đáp ứng thực tiễn. Phân tích tình huống hiện tại thường đòi hỏi nghiên cứu thực nghiệm. Trong thần học hệ thống, người ta thường bắt đầu bằng một phân tích tỉ mỉ về các quan điểm hiện tại, sau đó phân tích bằng chứng Kinh thánh (phần chủ yếu của nghiên cứu), và kết luận bằng một mục ngắn về ý nghĩa của điều vừa khám phá. Phân tích Kinh thánh cần bốn bước: nhận diện tất cả các phần Kinh thánh, phân tích từng phần trong ngữ cảnh, suy ra các nguyên tắc luôn luôn đúng và hình thành một học thuyết giải thích tất cả các dữ liệu. Các nghiên cứu giải kinh thường đi từ việc nói về bối cảnh của một phân đoạn Kinh thánh đến xem xét chi tiết chính đoạn Kinh thánh đó rồi kết thúc với việc xem xét ý nghĩa của phân đoạn Kinh thánh. Chúng tôi sẽ bàn chi tiết từng mô hình trong chương 12-14

Bạn *không* nên chỉ đơn thuần chấp nhận một trong những bố cục này. Vấn đề nghiên cứu của bạn phải định hướng bố cục nghiên cứu; nó chỉ ra những bước cần thực hiện và thứ tự hợp lý nhất phải đi theo. Cho nên, nó chỉ đạo mô hình nào là thích hợp nhất và cách bạn nên tùy biến hoặc sửa đổi, nếu có, cho phù hợp với mục tiêu của bạn.

Khi nghiên cứu những bố cục nghiên cứu này, bạn sẽ nhận thấy mỗi mô hình đều có các yếu tố Kinh thánh và yếu tố thực tiễn. Điều này thể hiện niềm tin quyết của chúng tôi rằng thần học phải phù hợp với Kinh thánh và phải thực tế. Có thể điều này là hiển nhiên đối với bạn, nhưng không phải mọi học giả đều có chung những giá trị này. Nhiều cơ sở không đề cập đến Kinh thánh trong phương pháp nghiên cứu thần học thực hành hay thần học hệ thống. Khi một cơ sở học thuật không xem Kinh thánh là lời có thẩm quyền và không thể sai lầm của Đức Chúa Trời, thì có khuynh hướng xem thần học hệ thống như một bài tập trong việc phân tích các quan điểm và lý thuyết thần học, hơn là một nghiên cứu có kỷ luật về những dạy dỗ của Kinh thánh. Tương tự, nó thường tiếp cận thần học thực hành như một bài tập thực tế, cho phép luận văn rất giống các môn khoa học xã hội ở chỗ bố cục của chúng chỉ mang tính thực nghiệm.

Chúng tôi ưa thích phương pháp dựa trên nền tảng Kinh thánh cho mọi loại thần học. Mặc dù chúng tôi đánh giá cao các bài viết của học giả, lẫn những khám phá của nghiên cứu thực nghiệm, nhưng chúng tôi xem những điều này không quan trọng bằng lẽ thật được mặc khải trong Lời Đức Chúa Trời. Do đó, đối với chúng tôi, thần học hệ thống, đầu tiên và trước nhất, là nghiên cứu điều Đức Chúa Trời bày tỏ về một đề tài đặc biệt. Tương tự, thần học thực hành, đầu tiên và trước hết, là nghiên cứu cách chân lý của Lời Chúa áp dụng vào những hoàn cảnh và vấn đề thực tế trong cuộc sống mà chúng ta gặp phải trong thế gian.

Chúng tôi cũng bao gồm một phương pháp thần học nhấn mạnh áp dụng thực tiễn cho hội thánh và tín hữu. Do đó, cả ba mô hình đều đi từ lý thuyết đến thực hành, từ giáo lý đến áp dụng, từ niềm tin đến hành động, từ ý tưởng đến hàm ý. Đây không phải là tiêu chuẩn cho nghiên cứu thần học sau đại học. Hiếm khi những luận văn trong phạm vi thần học hệ thống và nghiên cứu Kinh thánh có nỗ lực nghiêm túc để đem những khám phá về tín lý và giải kinh áp dụng cho hội thánh hay tín hữu. Vì chúng tôi tin rằng Đức Chúa Trời, vương quốc và Lời của Ngài có thể áp dụng cho mọi lĩnh vực trong cuộc sống và tin rằng những lời dạy của Ngài là nhằm đáp ứng nhu cầu của con người, nên chúng tôi mạnh mẽ khuyến khích mỗi luận văn đề cập đến 'ý nghĩa và những đề nghị'.

Khung thời gian. Nếu bạn đang viết luận văn hay thực hiện một nghiên cứu được tài trợ, bản đề cương của bạn phải bao gồm một khung thời gian dự định để hoàn tất từng giai đoạn nghiên cứu. Đây là một dạng hợp đồng giữa sinh viên và giáo sư hướng dẫn hay giữa người nghiên cứu và người tài trợ.

Trong phần lớn các trường hợp, sinh viên MTh và DTh hết sức xem thường thời gian cần có để hoàn tất bài nghiên cứu. Khi bạn phác họa bản đề cương nghiên cứu, hãy trừ hao so với thời gian bạn nghĩ mình cần cho mỗi bước. Sinh viên trọn thời gian phải hoàn tất luận văn MTh trong 1-2 năm, một luận án DTh thì 2-3 năm. Thời gian trung bình cho sinh viên bán thời gian là 3-4 năm cho luận văn thạc sĩ và 4-6 năm cho luận án tiến sĩ. Chúng tôi gợi ý bạn nên lấy số năm tối đa cho các mức trung bình này, rồi rải thời gian cho thích hợp. Nếu bạn hoàn tất sớm hơn dự định, không ai than phiền về điều đó.

Trình bày. Trong đề cương nghiên cứu, mục bố cục nghiên cứu phải bắt đầu với phần mô tả ngắn gọn loại nghiên cứu, tiếp theo là dàn ý của chương có ngày tháng và ghi chú đính kèm. Phải bao gồm những yếu tố sau:

- Loại nghiên cứu đang thực hiện,
- Các bước và trình tự các bước,
- Tính chất của dữ liệu liên quan (văn chương hay thực nghiệm),
- Dàn ý của chương có ghi chú ngắn gọn,
- Ngày tháng dự định hoàn tất.

Sau đây là mục đề cương có thể chấp nhận được cho một luận văn bàn về vấn đề: "Các hội thánh tại Swaziland chăm sóc những gia đình đa thê gia nhập hội thánh như thế nào?"

Bố cục Nghiên cứu

Nghiên cứu được đưa ra thuộc lĩnh vực thần học thực hành. Giải quyết vấn đề chính sẽ đòi hỏi bốn bước. Thứ nhất, nghiên cứu sẽ mô tả những thách thức mà các tập tục văn hóa liên quan đến chế độ đa thê gây ra cho hội thánh tại Swaziland. Sau đó, nghiên cứu sẽ xem xét cách hội thánh hiện giải quyết những thách thức này. Kế đến, nghiên cứu trình bày những nguyên tắc Kinh thánh các mục sư Swazi cần nhớ khi chăm sóc những gia đình theo chế độ đa thê. Cuối cùng, nghiên cứu kết luận một số chỉ dẫn thực tế để các mục sư thực hiện.

Nghiên cứu sẽ có cả thành phần văn chương và thực nghiệm. Có ít tài liệu viết có sẵn cho bước 1 và 2, vì vậy người thực hiện nghiên cứu sẽ thu thập dữ liệu dựa trên kinh nghiệm. Bước 3 đòi hỏi phương pháp văn chương, phân tích các bản văn chọn lọc có liên quan đến mục vụ trong bối cảnh của chế độ đa thê.

Luận văn sẽ gồm sáu chương. Dưới đây là dàn ý dự định với ngày dự tính hoàn tất:

1. Nhập đề (Tháng 3, 2009). Phần nhập đề sẽ trình bày vấn đề nghiên cứu và kế hoạch nghiên cứu.
2. Những thách thức khi chăm sóc trong bối cảnh theo chế độ đa thê (Tháng 12, 2009). Nghiên cứu phải bắt đầu với hiểu

biết về những thách thức khi thực hiện mục vụ trong văn hóa Swazi.

3. Các phương pháp hiện tại của mục sư tại Swazi (Tháng 2, 2010). Bước hợp lý tiếp theo là chứng minh bằng tài liệu và đánh giá các phương pháp hiện hành trước những thách thức.

4. Các nguyên tắc Kinh thánh về chăm sóc trong bối cảnh của chế độ đa thê (Tháng 8, 2010). Sau đó, phân tích chi tiết các nguyên tắc Kinh thánh cần thiết liên quan đến chế độ đa thê và mục vụ cho những người theo chế độ này.

5. Khuôn mẫu Kinh thánh, khuôn mẫu mục vụ cho các mục sư Swazi (Tháng Mười Một, 2010). Dưới ánh sáng của những dữ liệu được trình bày trong chương 2-4, người nghiên cứu sẽ cố gắng phát triển một mô hình mục vụ cho các gia đình đa thê tại Swaziland.

6. Kết luận (Tháng 12, 2010). Chương cuối cùng sẽ tóm tắt bài nghiên cứu và có những đề nghị cho mục sư tại Swaziland.

Như ví dụ đã minh họa, mục bố cục đưa ra dàn ý toàn diện về tiến trình người nghiên cứu sẽ đi theo mà không đi vào chi tiết anh ta sẽ thực hiện từng bước *chính xác như thế nào*. Mục phương pháp luận trả lời câu hỏi bạn sẽ thực hiện từng bước chính xác như thế nào.

Phương Pháp Luận

Trong phần bố cục, bạn trình bày khái quát các bước cần thiết để giải quyết vấn đề nghiên cứu. Bây giờ, trong mục phương pháp luận, bạn lần lượt đi từng bước và mô tả *chính xác cách bạn* dự định thực hiện. Bạn cần mô tả đầy đủ chi tiết từng bước để, khi kết thúc bài nghiên cứu, người khác có thể xác nhận bạn đã thực hiện điều bạn hứa và đã thực hiện cách đúng đắn.

Kết quả của bài nghiên cứu sẽ được đánh giá dựa trên một tiêu chuẩn quan trọng hơn cả - đó là bạn chọn và thực hiện phương pháp luận tốt như thế nào. Bạn có chọn các phương pháp thích hợp để giải quyết vấn đề nghiên cứu không? Bạn có thực hiện các phương pháp đã chọn cách nhất quán và thành thạo không? Nếu bạn cam kết theo phương pháp lịch đại (diachronic), thì người chấm bài sẽ hỏi xem bạn có thật sự thực hiện nghiên cứu theo lịch đại không. Nếu bạn hứa chú giải những đoạn văn chính, họ sẽ kiểm tra xem bạn có chú giải đúng cách không. Nếu bạn thực hiện một thăm dò mô tả, bạn có dùng dữ liệu thu thập và kỹ thuật phân tích đúng cách không?

Cách tốt nhất để thực hiện mục phương pháp luận của bản đề cương nghiên cứu là đi từng bước trong bố cục nghiên cứu và giải thích chính xác cách bạn dự định thực hiện. Đối với mỗi bước, bạn nên trình bày *dữ liệu* bạn cần và *công cụ* bạn sẽ dùng.

Công cụ

Cái chúng tôi gọi là công cụ, thì người khác gọi là phương pháp luận (methodologies). Điều quan trọng là phân biệt giữa các phương pháp luận nghiên cứu (công cụ) và phương pháp luận của bạn.

Phương pháp luận nghiên cứu là những cách giải quyết vấn đề nào đó đã được chứng minh. Chúng giống như những công cụ trong hộp dụng cụ. Nếu bạn đang đóng một cái tủ, bạn sẽ phải dùng các công cụ khác nhau ở mỗi giai đoạn khác nhau (cưa, tua-vít, búa, kềm). Mỗi công cụ được thiết kế cho một công việc riêng biệt. Cũng vậy, người nghiên cứu có một hộp dụng cụ với nhiều phương pháp luận khác nhau – những phương pháp giải quyết các vấn đề cụ thể đã được sử dụng và thử nghiệm. Một nhà nghiên cứu thành thạo nắm vững nghệ thuật nhận biết khi nào và cách sử dụng từng công cụ để giải quyết vấn đề.

Hệ phương pháp của bạn là phần mô tả các bước bạn sẽ thực hiện để giải quyết vấn đề cụ thể của bạn. Từ thùng dụng cụ về phương pháp luận, bạn sẽ chọn và dùng các công cụ thích hợp cho từng bước. Trong hệ phương pháp của bạn, bạn phải mô tả công cụ nào sẽ dùng, cũng như khi nào và cách thức và lý do bạn sẽ dùng chúng. Bạn có thể dùng nhiều phương pháp luận khác nhau trong hệ phương pháp của bạn hay bạn có thể chỉ dùng một hoặc hai phương pháp. Bạn phải chọn và dùng đúng công cụ cho từng công việc.

Bạn có thể chỉ dùng những công cụ bạn có. Tương tự, bạn có thể chỉ dùng những phương pháp luận bạn biết. Do đó, chúng tôi sẽ nhanh chóng trình bày một thăm dò ngắn một số phương pháp luận (công cụ) thường được dùng trong nghiên cứu thần học. Đây không phải một thăm dò đầy đủ. Chúng tôi chỉ muốn cho bạn khái niệm về các loại búa, đục, cờ-lê, cưa và tua-vít trong hộp công cụ nghiên cứu.

Phương pháp luận chủ yếu được dùng trong lập luận dựa trên khái niệm. Phương pháp luận ở đây là các cách khác nhau để đưa tài liệu mang tính khái niệm vào cuộc tranh luận triết học. Bất kể lĩnh vực nghiên cứu là gì, nghiên cứu của bạn có thể nhờ đến nhiều loại phương pháp luận ở các giai đoạn khác nhau. Những phương pháp này gồm:

- *Đối thoại:* chỉ tham gia đối thoại với các quan điểm của các tác giả khác nhau.
- *So sánh:* so sánh các quan điểm khác nhau, phân tích những điểm giống nhau và khác nhau của chúng.
- *Bổ sung:* làm hài hòa các học thuyết hay quan điểm khác nhau bằng cách khuôn đúc chúng thành một tổng thể mạch lạc, hợp lý.
- *Nhận thức luận:* phê bình nền tảng triết học của một học thuyết hay một lý lẽ.
- *Bút chiến:* tranh luận để bảo vệ hay chống lại một quan điểm cụ thể.
- *Phân tích:* phân chia một học thuyết hay một khái niệm thành các thành phần hay thành tố hợp lý.

- *Tổng hợp:* xếp lại với nhau các khái niệm hay thành phần trước đó không có liên quan để hình thành một thực thể mới (học thuyết, mô hình).

Phương pháp luận chủ yếu được dùng trong giải kinh. Các phương pháp luận dưới đây là ví dụ về các công cụ giải thích được dùng trong việc giải thích các đoạn Kinh thánh. Bạn có thể cần dùng nhiều những công cụ này khi nghiên cứu phân đoạn Kinh thánh.

- *Phê bình bản văn:* dựng lại bản văn nguyên thủy bằng cách đánh giá các biến thể của bản văn.
- *Phê bình lịch sử:* dựng lại lịch sử của bản văn hoặc lịch sử trong bản văn.
- *Phân tích từ vựng:* nghiên cứu từ ngữ chính.
- *Phân tích cú pháp:* phân tích văn phạm của bản văn.
- *Phân tích ngôn từ:* phân tích các đặc điểm của ngôn từ chỉ ra mạch văn và tính mạch lạc của một đoạn Kinh thánh.
- *Phân tích cấu trúc:* nghiên cứu văn chương và cấu trúc ngữ nghĩa của bản văn.
- *Phê bình nguồn:* phân tích và/hoặc tái lập các nguồn tài liệu tác giả đã sử dụng.
- *Phê bình hình thể:* nghiên cứu các hình thức văn chương và bối cảnh đời sống khi dùng hình thức văn chương đó.
- *Phê bình trứ tác:* khám phá sứ điệp thần học của bản văn.
- *Phê bình tu từ:* nghiên cứu nghệ thuật văn chương hay lập luận hợp lý của bản văn.

Nhiều trong số những công cụ này được định nghĩa và sử dụng cách khác nhau bởi các trường thần học khác nhau. Những giả định của người sử dụng có thể ảnh hưởng đáng kể đến cách công cụ được sử dụng. Do đó, trình bày cách bạn định nghĩa và áp dụng một vài trong những công cụ này có thể là điều cần thiết.

Phương pháp luận chủ yếu được dùng trong nghiên cứu thực tế. Các phương pháp liệt kê ở đây là những cách thu thập dữ liệu chính yếu. Mỗi phương pháp đều dễ bị lạm dụng, vì vậy bạn nên chắc chắn rằng bạn hiểu cách dùng chính xác một phương pháp khi bạn chọn cách đó cho bài nghiên cứu của mình.

- *Bảng hỏi:* một loạt các câu hỏi được viết ra mà người nghiên cứu cung cấp cho đối tượng nghiên cứu, yêu cầu họ trả lời. Các loại câu hỏi khác nhau cung cấp loại dữ liệu khác nhau (ví dụ: câu hỏi đóng hay câu hỏi mở, câu hỏi về định lượng hay định tính).
- *Phỏng vấn:* loạt câu hỏi mà người nghiên cứu nói chuyện với người trả lời cách cá nhân. Phỏng vấn có thể được sắp xếp hay không được sắp xếp. Cũng như với bảng hỏi, các câu hỏi khác nhau cung cấp các loại dữ liệu khác nhau.
- *Thăm dò:* công cụ thống kê nhằm cung cấp cái nhìn tổng quát về một mẫu tiêu biểu trong một quần thể lớn.
- *Nghiên cứu tình huống:* thu thập và trình bày thông tin chi tiết về một người tham gia đặc biệt, xem xét kỹ lưỡng một cá nhân hay nhóm người tham gia nhỏ, chỉ rút ra kết luận về người tham gia đó hay nhóm đó và chỉ trong bối cảnh cụ thể đó.
- *Quan sát:* trong lĩnh vực nghiên cứu thực tế, quan sát xảy ra khi người nghiên cứu quan sát đối tượng; trong quan sát tham gia (participant observation), người nghiên cứu quan sát một cách hệ thống con người khi cùng tham gia hoạt động với họ; trong thăm dò hành động (action research), người nghiên cứu quan sát mà không tham gia vào.
- *Nhóm tập trung:* nhóm thảo luận để đưa ra các quan điểm về một lĩnh vực trọng tâm.

Chúng tôi sẽ trình bày chi tiết hơn một số những phương pháp thực nghiệm trong các chương sau. Tuy nhiên, sử dụng cách đúng đắn trong các nghiên cứu phức tạp có thể đòi hỏi sự đào tạo chuyên biệt hơn điều chúng tôi cung cấp tại đây. Nếu cần thiết, chúng tôi khuyên bạn đọc những tài liệu cung ứng sự hướng dẫn chuyên biệt về những phương pháp này.

Chúng tôi phải nhấn mạnh rằng tất cả những phương pháp luận này hoàn toàn là *những công cụ chuyên nghiệp*. Một người khéo tay dùng nhiều công cụ khác nhau để hoàn thành công việc thể nào, thì người nghiên cứu cũng dùng các phương pháp luận khác nhau ở những giai đoạn nghiên cứu khác nhau thể ấy.

Dữ liệu

Bạn phải nhắc đến tất cả các câu hỏi then chốt liên quan đến dữ liệu bạn sẽ sử dụng. Dưới đây là vài ví dụ:

- Bạn cần dữ liệu nào?
- Nếu đã có dữ liệu, bạn sẽ sử dụng chúng như thế nào?
- Nếu chưa có, bạn sẽ thu thập dữ liệu bằng cách nào?
- Bạn dự định phân tích và giải thích dữ liệu ra sao?

Đối với các yếu tố liên quan đến văn chương trong nghiên cứu của bạn, bạn phải liệt kê nguồn tài liệu chính yếu và thứ yếu mà bạn định dùng và cách bạn dự tính sử dụng. Đối với yếu tố thực nghiệm, bạn nên nói đến những vấn đề như là tính chất và phạm vi của quần thể, việc lựa chọn kỹ thuật lấy mẫu, kỹ thuật và công cụ thu thập dữ liệu, phân tích và giải thích dữ liệu và bất kỳ khía cạnh quan trọng nào khác (xem mô tả chi tiết về nghiên cứu thăm dò ở chương 16).

Bây giờ chúng ta chuyển sang cách trình bày phương pháp luận của bạn trong đề cương nghiên cứu.

Trình bày

Khi bạn viết phần phương pháp luận của đề cương, hãy mô tả phương pháp luận cho từng giai đoạn nghiên cứu. Giải thích điều bạn sẽ làm để giải quyết vấn đề theo thứ tự từng bước một. Trình bày dữ liệu và công cụ. Bảo vệ lựa chọn của bạn về các phương pháp cho từng bước bằng cách giải thích tính hợp lý. Điều quan trọng là sử dụng công cụ đúng cho từng công việc, sử dụng các phương pháp luận thích hợp cho từng khía cạnh của đề án nghiên cứu.

Để ví dụ, chúng ta hãy xem một nghiên cứu mẫu về cách chăm sóc các gia đình đa thê tại Swaziland. Chính xác là chúng ta sẽ thực hiện giai đoạn đầu tiên của nghiên cứu, mô tả những thách thức các mục sư Swazi đối diện khi thi hành mục vụ trong nền văn hóa đa thê như thế nào? Nếu trước đây chưa có ai thực hiện một nghiên cứu tương tự, thì có lẽ chưa có dữ liệu, vậy người nghiên cứu sẽ phải tự thu thập dữ liệu. Cô ấy sẽ làm như thế nào? Có nên dùng bảng hỏi, phỏng vấn hay nhóm tập trung? Cô ấy chọn công cụ (hay những công cụ) nào, nên khảo sát quan điểm của ai (ví dụ: mục sư, trưởng lão, giáo sĩ, ban viên, những người theo chế độ đa thê)? Bao nhiêu (nhóm) sẽ tạo thành một mẫu thăm dò? Mẫu thăm dò có tiêu biểu cho quần thể không? Dữ liệu nào sẽ được cung cấp? Tính nguyên vẹn của dữ liệu sẽ được bảo đảm như thế nào? Đây là những loại câu hỏi mà mục phương pháp luận sẽ nói đến.

Quay sang chương nói về các nguyên tắc Kinh thánh, tài liệu nào sẽ được sử dụng? Cô ấy có thực hiện khảo sát theo lịch đại (xuyên thời gian) các phân đoạn Kinh thánh nói đến đề tài nghiên cứu không? Cô ấy có thực hiện chú giải chi tiết các bản văn chọn lọc không? Nếu có, bản văn nào và các bước chú giải nào sẽ được dùng? Có các nghiên cứu hiện tại nào có thể dùng làm khởi điểm cho mục này không? Nếu có, các tài liệu đó là gì và người nghiên cứu sẽ sử dụng chúng như thế nào (ví dụ: đối thoại, tổng hợp, so sánh)?

Điều chúng tôi muốn minh họa là đối với mỗi phần chính của bài nghiên cứu, người nghiên cứu nên mô tả các bước dự định thực hiện càng chi tiết càng tốt. Mục cuối cùng của kế hoạch nghiên cứu là danh mục tài liệu chú giải. Chúng ta hãy nói ngắn gọn phần này.

Danh Mục Tài Liệu

Nghiên cứu đòi hỏi phải nắm vững tài liệu hiện có về đề tài đã chọn. Đề cương nghiên cứu của bạn cần chỉ ra rằng bạn đã đọc số lượng đáng kể tài liệu sơ khởi - bạn đã xem lướt qua lãnh vực này và đọc vài tài liệu chính. Bạn có thể cho thấy đã đọc sơ khởi tài liệu bằng cách thêm vào danh mục tài liệu chú giải với ít nhất 20 mục.

Danh mục chú giải là gì? Trong khi một danh mục tài liệu bình thường liệt kê các tài liệu được trích dẫn hoặc tham khảo, thì danh mục chú giải thêm vào một hoặc hai câu giải thích tại sao tài liệu thích hợp với đề tài nghiên cứu. Từ lời chú giải, sẽ thấy rõ lý do tài liệu được trích dẫn sẽ là nguồn giá trị cho nghiên cứu. Dưới đây là một danh mục chú giải mẫu cho luận văn giải kinh Thi Thiên chương 3:

Kselman JS 1987. Psalm 3: a structural and literary study. *Catholic Biblical Quarterly* 49:572-580. Bài báo này phân tích các mốc đánh dấu cấu trúc trong bản văn tiếng Hê-bơ-rơ của Thi Thiên 3, phê bình các quan điểm khác nhau về cấu trúc của thi thiên và đề xuất cách giải thích mới về cấu trúc.

Sarna NM 1992. Legal terminology in Psalm 3:8. In M Fishbane & E Tov (eds), *Shaarei Talmon*, 171-181. Winona Lake: Eisenbrauns. Sarna xem xét thuật ngữ trong Thi Thiên 3:8, lưu ý những ý nghĩa về luật pháp của nó. Bài báo của ông hữu ích trong việc đánh giá (các) chủ đề chính của thi thiên.

Terrien SL 2003. *The psalms: strophic structure and theological commentary.* Grand Rapids, MI: Eerdmans. Đây là chú giải chính của Sách Thi Thiên. Đóng góp lớn nhất của Terrien là bài phân tích của ông về cấu trúc và mạch tư tưởng của từng thi thiên.

Sinh viên thường mắc phải những sai lầm phổ biến nào khi soạn danh mục tài liệu trong bản đề cương luận văn? Khi làm việc với sinh viên, chúng tôi thường thấy những lỗi sau:

- *Tài liệu đã lỗi thời.* Phần lớn các mục tài liệu phải từ 10-15 năm trở lại. Năm xuất bản nằm trong số những điều đầu tiên chúng tôi xem khi đọc lướt danh mục tài liệu trong bản đề cương nghiên cứu. Chúng tôi không muốn thấy phần lớn các mục từ những năm 1960. Những tài liệu hơn 25 năm phải là những tài liệu quan trọng có ảnh hưởng lớn trong lĩnh vực.

- *Tài liệu mang tính đại chúng.* Luận văn là một phần của nghiên cứu thần học. Nó cần kết nối với tài liệu học thuật, là sản phẩm của nghiên cứu. Các tài liệu mang tính phổ thông và dưỡng linh (trái ngược với các nguồn tài liệu học thuật) thể hiện ý kiến và những trải nghiệm của tác giả, nhưng những quan điểm này có thể không được nghiên cứu kỹ lưỡng. Phần lớn tài liệu phải là tài liệu học thuật.

- *Tài liệu không thích hợp.* Sinh viên thường làm đầy danh mục tài liệu của họ bằng cách liệt kê các tài liệu không liên quan đến đề tài nghiên cứu đưa ra. Nếu đề tài luận văn của bạn là 'công việc của Đức Thánh Linh trong Phúc âm Lu-ca', thì đừng liệt kê Seven Habits of Highly Effective People (Bảy Thói Quen của Những Người Mang Lại Hiệu Quả Cao) của Steven Covey trong danh mục tài liệu. Khi chúng tôi thấy như vậy, ngay lập tức chúng tôi nghi rằng bạn lười biếng đến nỗi không thể làm việc cách đúng đắn và liệt kê tài liệu chỉ để có đủ 20 mục.

- *Tài liệu mang tính đại cương.* Cố gắng thêm vào càng nhiều sách và bài báo chuyên ngành càng tốt. Mặc dù các sách chú giải một tập, Thánh kinh tự điển hay sách giáo khoa thần học hệ thống có thể giúp ích trong quá trình nghiên cứu, nhưng các tài liệu chuyên ngành vẫn có giá trị hơn. Đối với một đề cương luận văn về Thi Thiên 3, bài viết của Kselman về cấu trúc của Thi Thiên 3 hữu ích hơn là bộ chú giải Kinh thánh The New Bible Commentary.

Nếu đề tài của bạn chạm đến nhiều lĩnh vực chính, thì danh mục tài liệu của bạn phải có các mục tài liệu liên quan đến từng phần chính. Nếu bạn đang nghiên cứu về vai trò lãnh đạo trong Salvation Army (Hội Cứu Thế Quân) ở Nam Phi, thì danh mục tài liệu của bạn không nên chỉ giới hạn trong các tựa đề về vai trò lãnh đạo. Phải có vài tài liệu nói về Salvation Army, nhất là tại Nam Phi.

Viện của chúng tôi đòi hỏi các đề cương nghiên cứu phải có danh mục chú giải với ít nhất 20 mục tài liệu. Đây là con số tối thiểu. Đối với một số đề tài, người hướng dẫn có thể yêu cầu đọc thêm tài liệu sơ khởi, nhất là ở cấp độ tiến sĩ. Đối với các tài liệu được liệt kê, ông muốn thấy các tài liệu học thuật chuyên ngành thích hợp gần đây. Phải chống lại cám dỗ nhồi nhét vào danh mục tài liệu những tựa sách lỗi thời, không thích hợp, có tính đại cương và đại chúng.

Có một lời khuyên cho bạn – *hãy bắt đầu soạn danh mục tài liệu luận văn từ ngày thứ nhất!* Mỗi lần bạn tham khảo một quyển sách hay một bài báo, hãy thêm nó vào danh mục tài liệu. Viết danh mục tài liệu là điều dễ gây bực mình ngay cả trong điều kiện tốt nhất, nên nếu bạn để đến cuối cùng, nó có thể là điều bất khả thi. Chúng tôi đề nghị bạn mở một tập tin (file) gọi là 'danh mục tài liệu' trên máy vi tính và cập nhật mỗi khi bạn tìm được một tài liệu mới.

Chương 12

Giải Kinh

Giải kinh là nghiên cứu quy nạp, tỉ mỉ và kỹ lưỡng về Kinh thánh mà trong đó người chú giải áp dụng cách hệ thống những công cụ giải kinh ứng dụng đã được xác minh (phương pháp giải kinh) để khám phá ý nghĩa và hàm ý của một bản văn của một phân đoạn Kinh thánh (hay nhóm các đoạn Kinh thánh).

Một bài giải kinh tốt đáp ứng tất cả các điều kiện nghiên cứu. Đối tượng nghiên cứu là bản văn Kinh thánh. Các phương pháp giải kinh là các phương pháp nghiên cứu. Mục tiêu là giải quyết một vấn đề mang tính giải thích trong bản văn để xác định ý nghĩa và tầm quan trọng của nó.

Mặc dù chương này đưa ra vài chỉ dẫn cho tiến trình giải kinh, nhưng mục tiêu của nó là cung cấp khung sườn để thực hiện giải kinh như nghiên cứu thần học. Để nghiên cứu chi tiết các tiến trình giải kinh, sinh viên nên tham khảo một số sách hướng dẫn xuất sắc về giải kinh.

Những Giả Định Của Giải Kinh
Theo Tin Lành Thuần Túy

Là người giải thích, tất cả chúng ta đều tiếp cận bản văn thánh kinh với tập hợp các giả định chi phối việc chú giải. Vì những giả định này ảnh hưởng đến việc chú giải, nên chúng ta cần công khai tuyên bố. Những giả định về giải kinh của tôi ảnh hưởng đến phương pháp được trình bày trong chương này. Nếu quan điểm của bạn khác nhiều so với quan điểm của tôi, bạn cũng vẫn thấy chương này hữu ích, nhưng có thể bạn cần điều chỉnh nó. Đây là những xác tín của tôi:

1. Kinh thánh là lời được Đức Chúa Trời cảm thúc và không thể sai lầm trong bút tích.

2. Mục tiêu chính yếu của giải nghĩa Thánh kinh là để khám phá ý nghĩa theo ý định của tác giả (author-intended meaning), tức là sứ điệp mà Đức Thánh Linh chỉ dẫn tác giả là con người để chuyển tải cho những độc giả nguyên thủy. Ngoài ra, Đức Thánh Linh cũng hướng dẫn tiến trình viết để bảo đảm sứ điệp dự định được truyền đạt cách chính xác khi viết ra.[1] Mỗi bản văn có một ý nghĩa then chốt theo ý định của tác giả; do đó, mỗi đoạn có thể chỉ có một lời giải thích đúng. Tôi bác bỏ tất cả những hình thức sensus plenior (đa nghĩa), nhất là ý nghĩ cho rằng bản văn có thể có ý nghĩa gì đó với chúng ta mà không hề có ý như vậy với độc giả nguyên thủy.Kinh thánh phải được giải thích theo nghĩa đen, tức là ý nghĩa bề mặt theo các nguyên tắc truyền đạt thông thường (tức là chú giải văn phạm - lịch sử). Mặc dù bản văn chỉ có một ý nghĩa, nhưng có thể có nhiều áp dụng giá trị. Các áp dụng bắt nguồn từ một ý nghĩa; chúng là những áp dụng cụ thể của cùng một lẽ thật vượt thời gian.Giải kinh phải phù hợp với thực tế và có giá trị với tín hữu ngày nay. Để hoàn tất công việc, người giải kinh phải đi từ giải thích

---

1. Trong truyền đạt thông thường, điều này thường không đúng. Điều chúng ta nói có thể không trình bày chính xác điều chúng ta muốn truyền thông. Nhưng vì Đức Thánh Linh giám sát việc viết Kinh thánh, nên Ngài bảo đảm các tác giả con người viết chính xác điều Ngài muốn nói.

sang áp dụng, từ quá khứ đến hiện tại, từ lúc bấy giờ đến tại thời điểm này.

Những xác tín này là cơ sở cho phương pháp nghiên cứu giải kinh của tôi. Nếu giả định của bạn khác cách đáng kể, có thể bạn cần điều chỉnh mô hình mà tôi sắp trình bày.

Bố Cục Cho Bài Nghiên Cứu Giải Kinh

Cho dù đó là bài khóa luận 10 trang, bài luận văn 100 trang hay luận án 300 trang, thì nghiên cứu giải kinh vẫn có năm phần chính: (1) dẫn nhập, (2) ngữ cảnh, (3) ý nghĩa của bản văn, (4) ý nghĩa áp dụng và (5) kết luận. Trong bài khóa luận, những phần này là các mục của bài viết. Trong luận văn, mỗi phần có thể là một chương. Trong luận án, mỗi phần có thể cần nhiều chương.

Phần 1: Dẫn nhập

Phần mở đầu tạo bộ khung cho bài nghiên cứu. Nó bao gồm các yếu tố như các giới hạn của phân đoạn, lý do chọn phân đoạn đó, các vấn đề trong bản văn, các quan điểm học thuật (tổng quan ngắn về tài liệu) về phân đoạn và các vấn đề, mô tả ngắn phương pháp nghiên cứu và khái quát phần còn lại của nghiên cứu.

- *Phân đoạn.* Giải thích lý do bạn chọn bản văn và cách bạn phân định ranh giới của bản văn.
- *Mục tiêu.* Mục tiêu chung của giải kinh là phơi bày ý nghĩa và ý nghĩa áp dụng của bản văn Kinh thánh. Nếu phần giải kinh của bạn tập trung vào các vấn đề giải kinh đặc biệt trong bản văn, thì hãy mô tả chúng; mục tiêu của bạn sẽ là giải quyết những vấn đề này.

- *Quan điểm*. Tóm tắt các quan điểm học thuật chính về bản văn, đặc biệt các phương pháp khác nhau và giải pháp thay thế cho các vấn đề về giải kinh.
- *Kế hoạch*. Khái quát phần còn lại của nghiên cứu, mô tả cách thức, phương pháp luận, và cấu trúc.

Phần 2: Ngữ cảnh

Phần này nói đến tất cả khía cạnh liên quan đến ngữ cảnh lịch sử và văn chương của sách, trong đó có phân đoạn được chọn. Hầu hết các nghiên cứu giải kinh đều phải có một phần nói về sách có phân đoạn đó. Phần này phải nói đến bất kỳ yếu tố nào liên quan đến việc nghiên cứu:

- *Bối cảnh chung của sách*. Bối cảnh chung gồm các vấn đề liên quan đến tác quyền, ngày tháng, và độc giả (người nhận) của sách. Nếu những vấn đề này không quan trọng cho việc lập luận, bạn có thể trình bày ngắn gọn trong luận văn.
- *Bối cảnh lịch sử của sách*. Bối cảnh lịch sử liên quan chủ yếu đến việc tìm kiếm cơ hội và mục đích viết sách. Khía cạnh thứ yếu của phần này là giải thích bất kỳ phương diện nào về bối cảnh lịch sử (hoàn cảnh) của sách có tính quyết định đối với việc hiểu sứ điệp của sách.
- *Ngữ cảnh văn chương của sách*. Ở cấp độ này, ngữ cảnh văn chương liên quan đến cấu trúc và lập luận của sách (tức là mạch tư tưởng). Cách người giải thích hiểu cấu trúc và lập luận chung của sách ảnh hưởng đến cách người đó hiểu ý nghĩa của phân đoạn.
- *Các chủ đề thần học của sách*. Đối với một số nghiên cứu, thăm dò các chủ đề và mô-típ chính của sách là cần thiết. Cụ thể, phần này sẽ phân tích cả sách dạy gì về các chủ đề liên quan đến trọng điểm của phân đoạn đã chọn.

Phần 3: Ý nghĩa của bản văn

Đây là trọng tâm của nghiên cứu giải kinh - phân tích tỉ mỉ bản văn.

1) *Phân tích sơ khởi.* Công việc giải kinh sơ khởi đòi hỏi hai nhiệm vụ chính: phân tích các biến thể của bản văn và dịch phân đoạn Kinh thánh.

- *Phê bình bản văn.* Xem xét các biến thể của bản văn và phân tích những biến thể có ý nghĩa.

- *Dịch.* Nếu bạn quen thuộc với nguyên ngữ Kinh thánh, thì việc đưa ra bản dịch phân đoạn Kinh thánh đó của riêng bạn là rất hữu ích. Ở những đoạn khó dịch, bạn nên cung ứng phần ghi chú ghi chú giải thích vấn đề, liệt kê các cách dịch và lý do chọn cách dịch đó. Nếu bạn không có khả năng tự dịch, bạn có thể thay thế bằng cách so sánh nhiều bản dịch tốt khác nhau. Viết ra bản văn của bản dịch mà bạn sẽ dùng như bản văn chính, cùng với các ghi chú trình bày các bản dịch thay thế quan trọng khác.[2]

2) *Phân tích bối cảnh.* Nghiên cứu bối cảnh trực tiếp về lịch sử và văn chương của đoạn Kinh thánh. Bạn nên chú ý kỹ đến bất kỳ khía cạnh nào trong bối cảnh của đoạn Kinh thánh có liên quan:

- *Bối cảnh lịch sử.* Xác định trường hợp lịch sử tiềm ẩn đang được tác giả nói đến và phân tích bất kỳ ám chỉ nào về lịch sử hay văn hóa trong bản văn.

- *Bối cảnh văn chương.* Nghiên cứu kỹ bối cảnh văn chương của đoạn văn, bao gồm bối cảnh trực tiếp, bối cảnh của sách và cả Kinh thánh.

---

2. Bản dịch thường được thực hiện trong hai giai đoạn. Lúc bắt đầu nghiên cứu, đưa ra bản dịch tạm thời. Sau khi đã nghiên cứu kỹ lưỡng, quay lại và chỉnh sửa bản dịch cho tốt hơn dựa trên những quan sát của bạn.

3. *Phân tích từ.* Nghiên cứu tỉ mỉ từ ngữ có trong phân đoạn, ý nghĩa (phân tích từ vựng) và các mối liên hệ (phân tích văn phạm).

- *Từ vựng.* Phân tích ý nghĩa của những từ và cụm từ quan trọng để khám phá ý nghĩa của chúng trong bản văn.
- *Văn phạm.* Xem xét bất kỳ đặc điểm ngữ pháp quan trọng nào trong phân đoạn (ví dụ: thì của động từ, cụm từ sở hữu, mệnh đề điều kiện, vân vân).

4. *Phân tích văn chương.* Xem xét đặc điểm văn chương của phân đoạn để xác định ảnh hưởng của chúng đối với ý nghĩa của đoạn Kinh thánh. Đặc điểm văn chương, bao gồm:

- *Thể loại.* Nhận biết thể loại tổng quát và cụ thể của phân đoạn và thể loại ảnh hưởng thế nào đến việc giải thích bản văn; ví dụ: nếu bản văn là Ma-thi-ơ 8:18-22, thể loại chung là 'phúc âm', còn thể loại cụ thể là 'truyện công bố' (pronouncement story).
- *Cấu trúc.* Phân tích mối liên quan giữa các phần của đoạn Kinh thánh; các kỹ thuật như biểu đồ câu hay phân tích cấu trúc ngữ nghĩa đều hữu ích.
- *Tác phẩm.* Đối với một số bản văn và bài nghiên cứu, các vấn đề liên quan đến truyền thống, nguồn tài liệu, trứ tác và bối cảnh đời sống đòi hỏi phải nghiên cứu.
- *Tu từ.* Xem xét các đặc điểm về văn phong của bản văn có thể ảnh hưởng đến ý nghĩa; những đặc điểm này gồm kỹ thuật sáng tác như các biện pháp tu từ, những điệp từ, các khẩu hiệu và dấu hiệu nhấn mạnh.

5. *Tổng hợp giải kinh.* Trong phần này, bạn nên bắt đầu liên kết những khám phá liên quan đến việc giải kinh của mình lại với nhau. Câu hỏi đầu tiên bạn muốn trả lời ở đây là: Tác giả đang muốn truyền đạt điều gì với độc giả qua bản văn này? Để trả lời câu hỏi này, bạn cần trả lời những câu hỏi như:

- Những mối quan tâm hay vấn đề chính mà phân đoạn nói đến là gì?
- Ảnh hưởng của việc kết hợp thể loại, phương pháp và cấu trúc văn chương đối với ý nghĩa của phân đoạn là gì?
- Tương quan giữa mô-típ và mối quan tâm của phân đoạn là gì?
- Tương quan giữa những mô-típ này và mối quan tâm về bối cảnh lịch sử của sách là gì?

Phần 4: Ý nghĩa áp dụng

Không có luận văn giải kinh nào hoàn tất cho đến khi nêu lên được ý nghĩa áp dụng đương đại của phân đoạn, nhằm trả lời cho câu hỏi: Điều đó đem đến thay đổi gì? Phần này nghiên cứu hai loại ý nghĩa: (a) thần học và/ hoặc (b) áp dụng.

1. *Thần học: ý nghĩa áp dụng về mặt giáo lý của đoạn Kinh thánh.* Ở đây, luận văn phải trình bày chi tiết điều đoạn Kinh thánh dạy chúng ta (a) về Đức Chúa Trời, (b) về tạo vật (nhất là chính chúng ta) và (c) mối liên hệ giữa Đức Chúa Trời và tạo vật.

- Phân đoạn Kinh thánh dạy những lẽ thật (nguyên tắc) phổ quát nào?
- Điều đó hòa hợp với sự dạy dỗ của toàn Kinh thánh như thế nào ?
- Điều đó đóng góp gì vào giáo lý Cơ Đốc?

2. *Áp dụng: ý nghĩa thực tiễn của phân đoạn.* Nghiên cứu phải có ít nhất một áp dụng từ phân đoạn cho Cơ Đốc giáo đương đại. Áp dụng phải tập trung vào ý tưởng trọng tâm trong phần giải thích phân đoạn.

- Nhận biết nhóm mục tiêu mà bạn hướng đến trong phần áp dụng. Sau đó chú ý làm thế nào bạn có thể (a) giải thích ý nghĩa nguyên thủy của bản văn cho họ và (b) giúp họ kết nối với lẽ thật trong bản văn.

- Nhận biết bản văn áp dụng thế nào vào hoàn cảnh hiện tại. Có thể tập trung vào (a) cuộc đời của một Cơ Đốc nhân và/ hoặc (b) đời sống và mục vụ của hội thánh.

Tại nhiều trường, phần ý nghĩa áp dụng của bản văn không phải là phần chính trong bài nghiên cứu giải kinh. Sinh viên có thể kết thúc bài nghiên cứu mà không cần bắc cầu qua cái trước mắt. Theo ý kiến của chúng tôi, giải kinh không hoàn tất cho đến khi nó liên kết bản văn Kinh thánh với thực tế, quá khứ với hiện tại, để cho sứ điệp cổ xưa nói với bối cảnh hiện đại của chúng ta. Vì không phải tất cả giáo sư đều yêu cầu (hay thậm chí mong muốn) thành phần này, nên chúng tôi đề nghị bạn hỏi ý kiến giáo sư của mình.

Phần 5: Kết luận

Kết luận có thể là một phần tách rời khỏi bài nghiên cứu hoặc không. Trong một số nghiên cứu giải kinh, phần 'ý nghĩa áp dụng' *là* phần kết thúc. Nó tóm tắt ngắn gọn những khám phá liên quan đến chú giải, rồi kết thúc với phần trình bày về ý nghĩa áp dụng (về giáo lý và/hoặc thực tiễn) của những khám phá này. Trong các nghiên cứu khác, phần kết luận là một phần riêng lẻ, ngắn gọn, tóm tắt vấn đề, tiến trình và những khám phá từ bài nghiên cứu và có thể đề xuất nghiên cứu thêm.

Viết Bài Nghiên Cứu Giải Kinh

Bạn nên viết một bài nghiên cứu giải kinh như thế nào? Câu trả lời tùy thuộc phần nào vào độ dài của bài nghiên cứu. Bố cục giải kinh được trình bày ở trên cho thấy tính hợp lý của bài nghiên cứu và các yếu tố tiêu biểu trong từng phần chính, nhưng nó không nói lên dàn ý của bài nghiên cứu. Cách sắp xếp bài báo cáo nghiên cứu giải kinh phổ biến nhất là cái chúng tôi gọi là cấu trúc chú giải (commentary structure).

Cấu trúc chú giải

Phương pháp này đi từng câu một xuyên suốt phân đoạn Kinh thánh, trình bày những hiểu biết giải kinh có liên quan khi chúng xuất hiện trong đoạn Kinh thánh. Cần có phần nhập đề và phần phân tích các vấn đề liên quan đến bối cảnh bao quát, nhưng nó đưa ra hầu hết các chi tiết giải kinh trong phần phân tích từng câu một. Giải kinh kết hợp các quan sát về lịch sử, văn hóa, lời văn, ngữ pháp, từ vựng và các loại quan sát khác. Có thể phân tích ý nghĩa áp dụng (về giáo lý và thực tiễn) trong phần chú giải hay trong một phần riêng.

Một bài nghiên cứu giải kinh có thể được sắp xếp theo những phân loại sau:

1. Dẫn nhập

   1.1 Phân đoạn Kinh thánh

   1.2 Vấn đề

   1.3 Quan điểm

2. Bối cảnh của sách

   2.1 Bối cảnh chung: tác giả, niên đại và độc giả

   2.2 Bối cảnh lịch sử: cơ hội viết sách, mục đích và hoàn cảnh

   2.3 Cấu trúc văn chương: cấu trúc và lập luận

   2.4 Thần học: chủ đề và mô-típ

3. Giải kinh phân đoạn Kinh thánh

   3.1 Bản văn và bản dịch

• Trình bày bản dịch tạm thời của bản văn (của chính bạn hoặc bản có sẵn), theo sau là những ghi chú phân tích những khác biệt trong các bản văn khác nhau và các cách dịch khác nhau.

3.2 Ý nghĩa đối với độc giả nguyên thủy

• Đi từng câu trong bản văn để phân tích tất cả các điểm liên quan đến ý nghĩa của bản văn, chẳng hạn như từ ngữ chính, ngữ pháp, phong tục, địa lý, biện pháp tu từ, lời văn, vân vân.

3.3 Ý nghĩa áp dụng cho độc giả ngày nay

4. Kết luận

5. Danh mục tài liệu

Một cách khác thay cho kiểu sắp xếp chú giải là sắp xếp theo đề tài. Cách này ít thông dụng hơn, nhưng rất phù hợp cho một số nghiên cứu.

Cấu trúc theo đề tài

Cấu trúc thay thế này, tức dàn ý theo đề tài, xem mỗi bước trong tiến trình giải kinh là một tiêu đề (hoặc trong các nghiên cứu dài hơn là một chương). Vì thế, ví dụ: trong phần *phân tích ngữ pháp* bạn phân tích tất cả đặc điểm ngữ pháp quan trọng; thành phần cấu tạo có thể được phân tích dưới tiêu đề *phê bình biên soạn*. Tên gọi 'dàn ý theo đề tài' bắt nguồn từ việc bài phân tích bản văn được trình bày theo đề tài hay theo phân loại.

Những phân loại này có thể được dùng như tiêu đề cho bài nghiên cứu theo chủ đề:

1. Nhập đề

2. Bản văn và bản dịch

3. Phân tích giải kinh

4. Ý nghĩa áp dụng đương đại

5. Kết luận

6. Danh mục tài liệu

Phần thân của bài nghiên cứu nằm dưới tiêu đề 'phân tích giải kinh' trong dàn ý. Mục này trình bày các dữ liệu giải kinh được xếp dưới các tiêu đề tượng trưng cho các bước trong tiến trình giải kinh. Tính chất của nghiên cứu cho biết có các tiêu đề nào. Bất kỳ tiến trình giải kinh nào cũng có thể được dùng như tiêu đề (ví dụ: phân tích từ vựng, phân tích ngữ pháp, phê bình hình thái, bối cảnh văn chương, đặc điểm ngôn ngữ, bối cảnh lịch sử, vân vân.).

Tóm Tắt

Giải kinh là một hình thức nghiên cứu. Mục tiêu chung của giải kinh là khám phá ý nghĩa tác giả muốn nói với độc giả nguyên thủy và ý nghĩa áp dụng cho hội thánh ngày nay. Thỉnh thoảng, mục tiêu cụ thể của giải kinh là giải quyết một vấn đề cụ thể liên quan đến cách giải thích trong phân đoạn. Để đạt được những mục tiêu này, phương pháp nghiên cứu đòi hỏi phải thực hiện nhiều phương pháp giải kinh khác nhau.

Bài phân tích giải kinh chi tiết của phân đoạn Kinh thánh được chọn là trọng tâm của nghiên cứu giải kinh. Trong khi khám phá ý nghĩa về mặt giáo lý và/hoặc thực tiễn kết nối giải kinh với hiện tại, nghiên cứu sơ khởi sách chứa phân đoạn Kinh thánh chọn lọc đặt nền tảng cho việc giải kinh,

Có hai cách viết bài nghiên cứu giải kinh có thể được chấp nhận, đó là kiểu chú giải và phương pháp theo đề tài. Phương pháp chú giải đi theo từng câu, trình bày các quan sát giải kinh liên quan đến bản văn. Phương pháp đề tài sắp xếp phần thân của bài nghiên cứu dưới các tiêu đề theo đề tài.

Phần 1: Giới Thiệu

Phần 2: Ngữ Cảnh

Sách trong Kinh Thánh
Bối cảnh chung
Bối cảnh lịch sử
Bối cảnh văn chương
Các chủ đề thần học

Phần 3: Bằng Chứng Kinh Thánh

| **Phân tích sơ khởi**
Phê bình bản văn
Bản dịch | **Phân tích văn chương**
Thể loại
Cấu trúc
Biện pháp tu từ | **Phân tích từ**
Từ vựng
Văn phạm |

Tổng hợp giải kinh
Điều tác giả muốn truyền đạt

Phần 4: Ý Nghĩa Áp Dụng Đương Đại

| **Thần học:**
Ý nghĩa giáo lý | **Áp dụng:**
Ý nghĩa thực tiễn |

Phần 5: Kết Luận

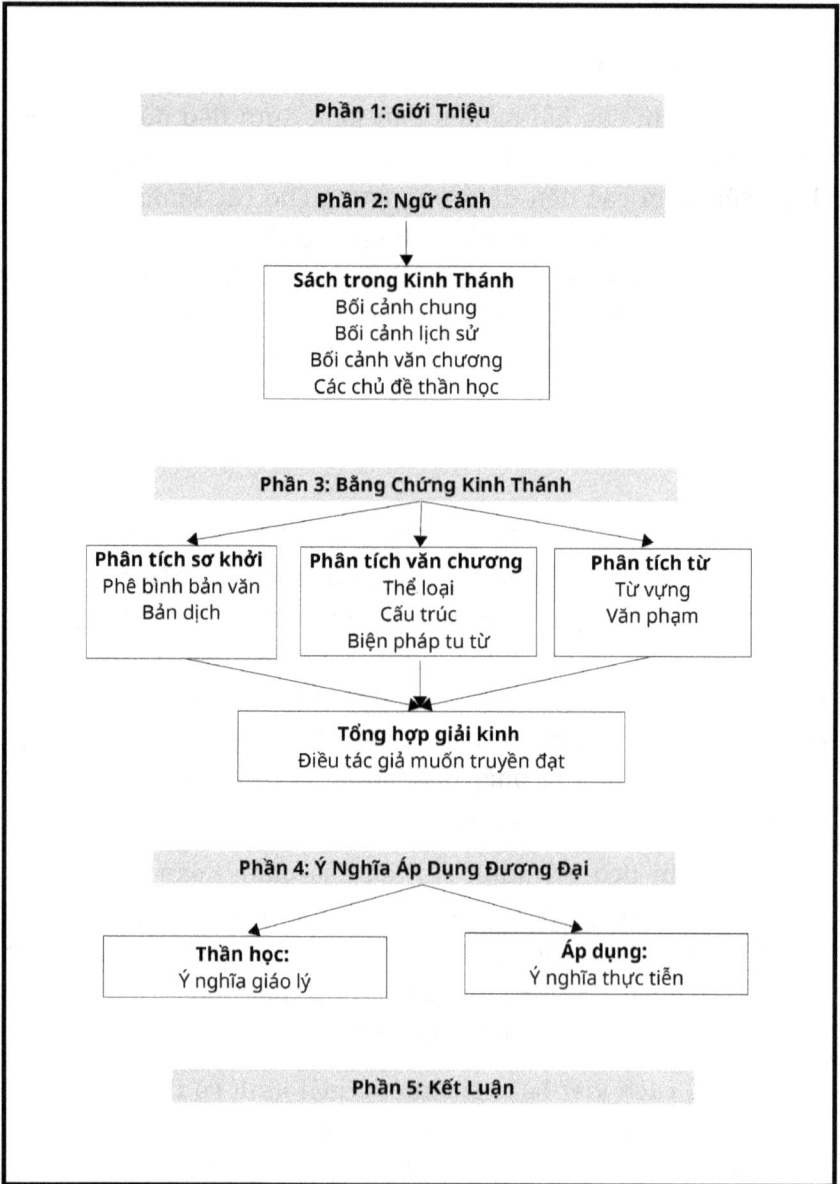

Hình 13: Bố Cục Của Bài Nghiên Cứu Giải Kinh

Chương 13

Thần Học Hệ Thống

Đối với những người theo tin lành thuần túy,[1] thần học hệ thống là *nghiên cứu có hệ thống điều Kinh thánh dạy về một chủ đề*. Chúng ta có thể gọi việc thực hiện thần học hệ thống một cách hợp lý là *nghiên cứu* không? Câu trả lời tùy vào *cách* chúng ta thực hiện, phương pháp chúng ta sử dụng. Nếu chúng tôi bắt đầu với giả định rằng nhiệm vụ của thần học là hệ thống hóa những lời dạy của Kinh thánh, thì cách thức chúng tôi thực hiện phải đáp ứng tất cả những tiêu chí của nghiên cứu. Trong chương này, chúng tôi sẽ trình bày những giả định và các bước trong thần học hệ thống của tin lành thuần túy. Dựa trên những giả định và các bước đó, chúng tôi sẽ trình bày hai mô hình nghiên cứu thần học tin lành thuần túy.

Những Giả Định Của Thần Học Tin Lành Thuần Túy

Khởi điểm của thần học tin lành thuần túy là xác tín cho rằng Kinh thánh là sự mặc khải đầy đủ và cuối cùng của Đức Chúa Trời. Ba giả định quan trọng của thần học tin lành thuần túy bắt nguồn

---

1. Các học giả theo tin lành thuần túy (bảo thủ) tiếp cận thần học hệ thống khác với những người theo tin lành tự do. Phương pháp của chúng tôi phản ánh những giả định mang tính bảo thủ. Chúng tôi dùng thuật ngữ 'thần học theo tin lành thuần túy' với ý nghĩa 'thần học hệ thống được thực hiện theo kiểu bảo thủ, tin lành thuần túy'.

từ xác tín này. Thứ nhất, Đức Chúa Trời phán trong Lời Ngài. Vì chúng ta có Lời đầy đủ, có thẩm quyền, không thể sai trật và được cảm thúc từ Đức Chúa Trời, nên nhiệm vụ của chúng ta là khám phá và tóm tắt điều Lời Ngài dạy. Thứ hai, cũng là hệ quả của điều thứ nhất, bởi vì Lời Đức Chúa Trời đến từ tâm trí Đức Chúa Trời, nên lời ấy là một tổng thể hài hòa với nhau, không có sự mâu thuẫn (với điều kiện chúng ta giải thích đúng). Thứ ba, mặc dù lời dạy của Kinh thánh là một tổng thể mạch lạc, nhưng lời ấy chứng tỏ có sự tiến triển theo thời gian. Sự mặc khải có tiến trình hàm ý rằng trong cùng một chủ đề, mỗi mặc khải mới đều dựa trên nền tảng của mặc khải trước đó.

Phương pháp của tin lành thuần túy đối với thần học hệ thống khác nhiều so với phương pháp của phái tự do. Vì các nhà thần học tự do không bắt đầu với giả định rằng Đức Chúa Trời phán, nên họ phải nhờ đến sự suy đoán.[2] Vì thiếu khởi điểm khách quan, vững chắc nên phương pháp nghiên cứu thần học của họ không hơn gì sự suy đoán, theo sự tưởng tượng của họ, về về Đức Chúa Trời có thể là Đấng như thế nào. Do đó, thần học suy hóa thành sự so sánh mang tính khái niệm, chủ quan về điều người khác đã viết, cho dù đó là những tác giả cổ xưa hay các nhà thần học khác.

Bởi xem giả định cho rằng Đức Chúa Trời phán trong lời Ngài là khởi điểm, nên thần học hệ thống tin lành thuần túy có thể tiếp tục một cách thực sự khoa học. Ware giải thích rằng tiến trình hai mặt nằm ở trọng tâm của phương pháp khoa học, đó là (a) thu thập dữ liệu bằng cách quan sát và (b) xây dựng học thuyết. Giống như nhà vật lý thu thập dữ liệu bằng cách quan sát các thí nghiệm rồi mới hình thành lý thuyết để giải thích tất cả các dữ liệu một cách hài hòa thể nào, thì nhà thần học hệ thống cũng thu thập dữ

---

2. Bruce Ware, "Method of evangelical theology", cập nhật 2001. Truy cập vào 25-3-2008, www.biblicaltraining.org.

liệu bằng cách giải nghĩa cẩn thận bản văn Kinh thánh (quan sát), rồi mới triển khai học thuyết để lý giải tất cả các dữ liệu thể ấy. Giống mọi ngành khoa học khác, thần học hệ thống "phát triển trên nền tảng từ phân tích quy nạp từng điểm đến việc tổng hợp xây dựng học thuyết".[3]

Các Bước Trong Thần Học Hệ Thống

Nhiệm vụ của nhà thần học hệ thống là xây dựng một mô hình để giải thích tất cả những lời Kinh thánh liên quan dạy về một chủ đề. Nhiệm vụ này gồm bốn bước.

Bước 1: Xác định tất cả các phần Kinh thánh nói đến chủ đề đó.

Đây là bước sơ khởi quan trọng. Nếu bạn muốn bài nghiên cứu của bạn đáng tin, thì nó phải giải thích *tất cả* các dữ liệu có liên quan. Nếu bạn bỏ một số bản văn nào đó, những hàm ý của chúng có thể thay đổi hoặc làm giảm tính đáng tin cậy trong học thuyết của bạn. Cạm bẫy cần tránh là việc lựa chọn những câu Kinh thánh hỗ trợ kết quả bạn mong muốn và bỏ qua những câu thách thức kết quả đó.

Phạm vi của nhiều đề án nghiên cứu không cho phép thực hiện nghiên cứu quy nạp thấu đáo tất cả các câu Kinh thánh đề cập đến chủ đề. Nếu có nhiều tài liệu thánh kinh cần nói đến hoặc bạn đang viết một bài luận ngắn, bạn nên giới hạn nghiên cứu của mình. Có nhiều cách giới hạn. Ví dụ: thay vì nói đến tất cả các câu Kinh thánh nói về thần tánh của Đấng Christ, bạn có thể giới hạn bài nghiên cứu chỉ trong những câu gọi Ngài là 'Đức Chúa Trời'

---

3. Ware, "Method of Evangelical Theology".

(tiếng Hy Lạp là *theos*) hay bạn có thể giới hạn nghiên cứu chỉ trong các thư tín mục vụ.

Bước 2: Phân tích từng câu Kinh thánh để xác định ý nghĩa

Mục tiêu của giai đoạn này là để cho từng câu Kinh thánh tự lên tiếng, nghĩa là nói lên điều tác giả nguyên thủy muốn nói. Để đạt mục tiêu này, bạn cần thực hiện nghiên cứu giải kinh từng bản văn được chọn theo kiểu quy nạp. Điều này phù hợp với giai đoạn quan sát của phương pháp khoa học, thu thập dữ liệu thô để từ đó xây dựng học thuyết của bạn.

Giải kinh là cơ sở của thần học. Thần học của bạn sẽ không bao giờ vượt xa hơn việc giải kinh của bạn. Nếu bạn có sai sót trong việc phân tích từng bản văn thì việc giải nghĩa tất cả dữ liệu, mô hình thần học cuối cùng của bạn cũng sẽ sai sót. Vì thế, nếu nghiên cứu thần học, bạn phải phát triển các kỹ năng giải kinh. Cụ thể, phải học tiếng Hê-bơ-rơ và Hy Lạp. Chúng tôi lấy làm kinh ngạc trước số lượng những nhà thần học hệ thống đầy tham vọng xem việc học ngôn ngữ Thánh kinh là không quan trọng. Nếu thần học phải dựa trên giải kinh - mà chắc chắn phải như vậy - thì học ngôn ngữ Thánh kinh là điều bắt buộc.

Khi bạn hoàn tất việc nghiên cứu giải kinh một bản văn, hãy nêu lời dạy dỗ của bản văn về đề tài đó dưới hình thức định đề, hoặc là một định đề hoặc là một chuỗi những định đề. Hạn chế phần đóng góp của từng bản văn vào định đề tạo nền tảng tốt cho bước tiếp theo.

Bước 3: Suy ra những nguyên tắc vượt thời gian được dạy trong các nhóm phân đoạn Kinh thánh

Sau khi bạn hoàn tất việc nghiên cứu giải kinh trên từng bản văn và nói rõ đóng góp của từng bản văn vào chủ đề dưới hình thức định đề, bước tiếp theo là giảm thiểu khối lượng dữ liệu còn con số có giới hạn các chân lý vượt thời gian (định đề). Mục tiêu của bước này là suy ra những chân lý chủ yếu; tức là nhóm nhiều dữ liệu thành các phân loại và tóm tắt chúng thành những điều tổng quát. Dựa trên những quan sát cá nhân (các sự kiện được quan sát theo cách quy nạp), chúng ta suy ra những điều tổng quát cần thiết.[4] Tiến trình này được gọi là diễn dịch.

Ware dùng giáo lý Ba Ngôi để minh họa tiến trình này. Khi mọi việc giải kinh được hoàn tất, bốn lẽ thật chính yếu hiện ra từ dữ liệu[5]:

- Chỉ có một Đức Chúa Trời
- Đức Chúa Cha là Đức Chúa Trời
- Đức Chúa Con là Đức Chúa Trời
- Đức Thánh Linh là Đức Chúa Trời

Bốn chân lý này được suy ra từ phần lớn bằng chứng Thánh kinh. Tuy nhiên, chúng chưa trình bày giáo lý hoàn toàn đầy đủ, vì chúng không chỉ ra được bốn lẽ thật liên hệ với nhau như thế nào. Do đó, nhiệm vụ của nhà thần học không thể kết thúc ở đây. Ông phải triển khai một mô hình giải thích cách chúng liên hệ với nhau.

---

4. Ware, "Method of evangelical theology".
5. Ware, "Method of evangelical theology".

Bước 4: Xây dựng học thuyết giải thích tất cả dữ liệu liên quan

Bước 3 để lại cho bạn con số tối thiểu những lẽ thật chủ yếu được rút ra từ việc giải kinh các bản văn chính. Bước cuối cùng là xây dựng một học thuyết hoặc mô hình để giải thích tất cả các dữ liệu cách thống nhất. Ware[6] gọi tiến trình này là hồi nghiệm (retroduction),[7] mà ông mô tả là nhìn vào dữ liệu rồi hỏi xem bằng cách nào chúng ta có thể hiểu được nó đúng nhất. Ông trích dẫn định nghĩa của John Warwick Montgomery về cải tiến lại:

> Hồi nghiệm là sự sắp đặt cách sáng tạo các dữ liệu có liên quan thành một cơ cấu khái niệm, bộc lộ các mối liên hệ giữa những dữ liệu này, sao cho làm nổi bật ý nghĩa tự nhiên của chúng.

Mục tiêu là hình thành mô hình khái niệm giải thích tất cả các dữ liệu và làm rõ mối liên hệ giữa chúng. Mô hình như thế làm gia tăng ý nghĩa tự nhiên của dữ liệu, khiến các kết nối giữa chúng trở nên rõ ràng hơn. Giáo lý Ba Ngôi Cơ Đốc là một khái niệm thần học vượt xa bốn định đề chính (xem ở trên). Hiểu những định đề đồng thời là chân lý như thế nào và đánh giá đúng mối liên hệ giữa các Thân Vị trong Ba Ngôi làm gia tăng đáng kể hiểu biết của chúng ta về dữ liệu.

Xây dựng một mô hình thần học có thể đứng vững là một tiến trình lặp đi lặp lại. Trước nhất là nghiên cứu dữ liệu và hình thành học thuyết mang tính thăm dò để giải thích tất cả các dữ liệu. Sau đó, quay lại dữ liệu và xem thử cách lý giải thông tin được đề xuất có đúng chưa. Nó có giải thích cho tất cả các dữ liệu không? Nó có làm sáng tỏ các mối liên hệ giữa các dữ liệu không? Nó có nhất quán một cách hợp lý không? Nếu trong số này, có một câu trả lời 'không' thì bạn phải xem xét lại dữ liệu. Khi bạn nghiên cứu lại,

---

6. Ware, "Method of evangelical theology".
7. Hồi nghiệm (Retroduction) còn được gọi là abduction.

hoặc là bạn sửa đổi học thuyết ban đầu của bạn, hoặc là xây dựng một mô hình khác.

Dữ liệu không tự giải thích. Các hệ thống thần học khác nhau xuất hiện vì có các mô hình khác được đề xuất để giải thích dữ liệu. Các quan điểm theo Calvin và Arminius về sự lựa chọn đại diện cho hai mô hình hoàn toàn khác nhau, giải thích cùng một dữ kiện. Hậu thiên hy niên, vô thiên hy niên và tiền thiên hy niên thể hiện ba bản tóm lược dữ liệu Thánh kinh về thiên hy niên. Nhiệm vụ của nhà thần học hệ thống là phân tích dữ liệu càng khách quan càng tốt và phát triển một mô hình giải thích đúng nhất tất cả dữ liệu, cho thấy rõ chúng phù hợp với nhau như thế nào.

Làm thế nào chúng ta đưa tất cả những mảnh này vào một bố cục tạm thời cho đề án nghiên cứu trong thần học hệ thống? Chúng tôi sẽ đưa ra hai mô hình. Trong phần tiếp theo, chúng tôi sẽ đề xuất một mô hình căn bản cho thần học hệ thống. Mô hình căn bản nỗ lực nhằm khám phá tất cả các bản văn tập hợp được chọn, cho dù là toàn bộ kinh điển hay chỉ một phần. Trong phần sau, chúng tôi sẽ đưa ra một mô hình khác giữ cho bài nghiên cứu gắn liền với một bản văn chính của Kinh thánh.

Bố Cục Cơ Bản Cho Bài Nghiên Cứu
Thần Học Tin Lành Thuần Túy

Về cơ bản, mô hình cơ bản có năm phần theo logic, mỗi một phần tạo thành một phần chính của bài nghiên cứu (xem Hình 14).

Phần 1: Dẫn nhập

Phần dẫn nhập nêu lên 'cái gì', 'tại sao' và 'thế nào' của bài nghiên cứu. Phần cái gì nêu lên vấn đề, những câu hỏi then chốt, những ranh giới và giả thuyết. Phần tại sao chỉ ra giá trị của nghiên cứu. Phần thế nào mô tả phương pháp luận và kết luận với phần khái quát về trình tự của bài nghiên cứu.

Phần 2: Những quan điểm hiện tại

Nghiên cứu cần được thực hiện với hiểu biết thấu đáo về nghiên cứu hiện có về đề tài. Phần này đưa ra một mô tả khách quan, rõ ràng của từng quan điểm hiện hành chủ yếu về đề tài đang được nghiên cứu.

Điển hình, việc nghiên cứu từng quan điểm phải bao gồm những yếu tố như:

- *Các học giả chủ chốt và công trình của họ.* Phần trình bày từng quan điểm dựa vào tài liệu của những người có đóng góp quan trọng nhất. Khi có thể, hãy chứng tỏ hiểu biết trực tiếp về những tài liệu của những người quan trọng nhất ủng hộ quan điểm đó. Phần mô tả của bạn không nên dựa trên những tường thuật gián tiếp về niềm tin của họ (có thể chấp nhận các bản dịch các tài liệu tiếng nước ngoài). Ngoài ra, mặc dù việc bao gồm những tài liệu có ảnh hưởng sâu xa của các nhà thần học cổ xưa là điều thích hợp, nhưng trọng tâm phải là những quan điểm hiện tại được thể hiện trong các sách vở và bài báo được xuất bản gần đây.
- *Những định nghĩa, mô tả và tranh luận.* Bạn nên định nghĩa và mô tả rõ ràng từng quan điểm chính. Bạn cũng nên trình bày những ý chính của cuộc tranh luận xung quanh vấn đề, bao gồm các giả định làm nền tảng cho nó.

- *Những lý lẽ và lý lẽ phản bác.* Bạn nên nêu rõ những lý lẽ chính được dùng để chứng minh cho từng quan điểm và cách quan điểm đó chống lại những phản biện. Ở đây, 'lý lẽ phản bác' chỉ về lập luận ủng hộ cho quan điểm bằng cách trả lời những phản biện và những lời phê phán. (Các lý lẽ chống lại từng quan điểm thường được trình bày như một phần của lập luận cho các quan điểm khác).
- *Giải thích Kinh thánh.* Khi thích hợp, phần mô tả từng quan điểm nên chỉ ra cách những người ủng hộ quan điểm đó giải thích Kinh thánh, cả phương cách giải thích Kinh thánh chung của họ lẫn cách giải thích cụ thể những phân đoạn quan trọng.
- *Những ưu điểm và nhược điểm.* Phần phê bình những ưu điểm và nhược điểm hiển nhiên của từng quan điểm cần được đưa vào phần này một cách thích hợp. Chúng tôi nói những ưu điểm và nhược điểm hiển nhiên vì bạn chưa thực hiện nghiên cứu, vì vậy bạn chưa đủ khả năng nhận xét ngoài những gì bạn thấy rõ.

Chúng tôi không định để những điểm liệt kê này làm tiêu đề. Chúng cho thấy các thành phần tạo thành công thức cho một bản mô tả tốt về quan điểm hiện tại. Bạn phải pha trộn hợp lý những thành phần này.

Dĩ nhiên, bạn được tự do giới hạn những góc độ bạn nói đến trong phần này. Ví dụ: nếu nói đến vấn đề đạo đức như phá thai, bạn cần bao gồm tất cả các quan điểm (Cơ Đốc lẫn phi Cơ Đốc). Hoặc khi phân tích một số vấn đề nào đó, có thể bạn muốn giới hạn bài nghiên cứu chỉ tập trung vào các quan điểm trong một cộng đồng đức tin cụ thể (ví dụ: Ngũ Tuần hay Cải Chánh).

Trong lĩnh vực thần học hệ thống, phần mô tả các quan điểm hiện tại thường sẽ được dựa trên các nguồn tài liệu văn chương. Tuy nhiên, điều này không nhất thiết luôn luôn đúng. Không có lý do tại sao phần này không thể kết hợp nghiên cứu thực nghiệm (thăm dò thực tế) để khám phá các quan điểm hiện tại của một cộng đồng cụ thể. Ví dụ: nếu bạn đang nghiên cứu về niềm tin của các mục sư Báp-tít ở Nam Phi về sự linh cảm của Kinh thánh, bạn có thể lấy dữ liệu từ các tài liệu đã được xuất bản, văn thư lưu trữ của hệ phái và các khảo sát hay phỏng vấn các mục sư Báp-tít.

Tóm tắt các quan điểm hiện tại về chủ đề đó giúp cho việc phân tích sâu vấn đề trở nên dễ dàng hơn. Việc phân tích này nhất thiết bắt đầu bằng nghiên cứu giải kinh các bản văn Kinh thánh đề cập đến chủ đề.

Phần 3: Bằng chứng Kinh thánh

Phần chính tiếp theo của nghiên cứu bao gồm phân tích tỉ mỉ theo kiểu quy nạp các bản văn Kinh thánh có liên quan. Giai đoạn nghiên cứu này là phần chủ yếu của nghiên cứu. Bài luận văn hay luận án có thể đòi hỏi nhiều chương. Tự thân tiến trình phân chia cách hợp lý thành hai giai đoạn riêng biệt: quy nạp và diễn dịch. Giai đoạn *quy nạp* bao gồm nghiên cứu giải kinh từng bản văn đề cập đến chủ đề. Khi hoàn tất, bạn sẽ có nhiều dữ liệu riêng biệt. Giai đoạn *diễn dịch* thu gọn dữ liệu riêng biệt thành vài điều khái quát, tức là còn lại con số những giả định ít nhất có thể có.

Quy nạp: giải thích phân đoạn Kinh thánh

Là một Cơ Đốc nhân cam kết mở rộng thế giới quan theo Kinh thánh, bạn phải tìm cách xây dựng cho mình nền thần học mang tính giải kinh. Bước này đòi hỏi bạn xác định và phân tích tất cả các phân đoạn Kinh thánh có liên quan. Số phân đoạn Kinh thánh và cấp độ nghiên cứu sẽ quyết định mức độ đào sâu của việc giải kinh. Tuy nhiên, không giống nghiên cứu giải kinh, bạn không nhất thiết phải dùng tài liệu chứng minh cho từng giai đoạn giải kinh. Bạn có thể chỉ báo cáo kết quả của nghiên cứu giải kinh, nhận xét về những khía cạnh liên quan của bản văn khi chúng liên hệ đến đề tài nghiên cứu.

Diễn dịch: rút ra các định đề

Sau khi giải kinh, bạn sẽ có một loạt dữ liệu, tất cả đều gắn liền với những hàm ý của lẽ thật trong bản văn cụ thể. Để xử lý dữ liệu này sao cho có thể xây dựng một học thuyết giải thích dữ liệu, bạn cần rút dữ liệu về số lượng những định đề có thể xử lý được. Phân chia các ý tưởng nổi lên từ giai đoạn giải kinh thành từng nhóm , không bỏ sót ý nào. Sau đó hình thành những câu phát biểu định đề bao gồm tất cả dữ liệu trong từng phân nhóm. Khi tiến trình này hoàn tất, bạn sẽ có những ý tưởng chủ đạo cần thiết để đưa vào phần xây dựng học thuyết của mình.

Phần 4: Xây dựng học thuyết

Một khi bạn đã phân tích các bản văn liên quan (quy nạp) và thu thập những ý tưởng chủ đạo từ các bản văn (diễn dịch), bạn cần sắp xếp tất cả dữ liệu lại với nhau để tạo một bức tranh toàn diện về điều Kinh thánh dạy về vấn đề đó (hồi nghiệm). Đây là xây dựng học thuyết. Mục tiêu của bạn là xây dựng một mô hình để giải thích tất cả các bằng chứng Kinh thánh một cách hợp nhất, làm rõ các mối liên hệ giữa từng dữ liệu. Khi bạn đã đưa ra một mô hình tạm, thì quay lại các dữ liệu giải kinh để kiểm tra xem mô hình của bạn có giải thích cách thích đáng cho từng dữ liệu mà không bóp méo nó hay không. Hãy tiếp tục điều chỉnh mô hình cho đến khi thỏa đáng.

Mỗi đề tài chính trong thần học hệ thống tin lành thuần túy gồm có nhiều ví dụ về cách các chuyên gia thần học thực hiện tiến trình này. Lưỡng phân và tam phân là gì? Chúng là những mô hình nhằm giải thích tất cả bằng chứng Kinh thánh về cấu tạo của con người. Giáo lý về sự chuộc tội thay là gì? Đó là thuyết nỗ lực giải thích tất cả dữ liệu Kinh thánh về lý do và ý nghĩa sự chết của Chúa Giê-xu. Các học giả viết sách giáo khoa đã đi theo các tiến trình trên; khi đọc sách của họ, bạn sẽ thấy kết quả phân tích của họ, mô hình được họ đề xuất với ví dụ về bằng chứng được thêm vào với chức năng là những bằng chứng Kinh thánh.

Phần 5: Ý nghĩa áp dụng đương đại

Theo chúng tôi, nhiệm vụ của thần học chưa hoàn tất cho đến khi xem xét ý nghĩa áp dụng của nó cho hội thánh ngày nay và các tín hữu. Phần cuối cùng của nghiên cứu phải xem xét ý nghĩa đương đại của nghiên cứu. Bạn có thể làm điều này ở hai mức độ, đó là giáo lý và thực tiễn.

Toàn bộ phần trình bày trong phần kết luận này cần được liên kết thẳng thắn và có chủ ý với vấn đề chính chi phối các bước nghiên cứu. Đừng để phần thảo luận về ý nghĩa của nghiên cứu tập trung vào các chi tiết bên ngoài. Hãy đi vào các ý chính.

Đối với nhiều nghiên cứu, số lượng dữ liệu Kinh thánh có sẵn về đề tài kết hợp với độ dài của bài nghiên cứu làm cho mô hình căn bản trở nên không phù hợp. Trong những trường hợp như vậy, người nghiên cứu có ba lựa chọn: (a) thu hẹp đề tài; (b) giảm phần chính; hay (c) dùng một dàn ý khác. Dàn ý thay thế trình bày cách xử lý số lượng lớn các bản văn cách tập trung hơn dàn ý căn bản.

Phần 1: Giới Thiệu

Phần 2: Những Quan Điểm Hiện Tại

Các học giả chính và công trình của họ	Định nghĩa, mô tả và tranh luận	Lý lẽ và lý lẽ phản biện	Phân tích và phản biện

Phần 3: Bằng Chứng Kinh Thánh

Phân tích giải kinh các bản văn có liên quan:
Phân tích các bản văn có liên hệ với đề tài, với trọng tâm hợp lý hướng vào giải kinh lấy Đấng Christ làm trọng tâm

Tổng hợp thần học từ các dữ liệu giải kinh
Phân loại, đối chiếu, làm cho hài hòa, tóm tắt

Phần 4: Ý Nghĩa Áp Dụng Đương Đại

Thần học: Ý nghĩa giáo lý	Áp dụng: Ý nghĩa thực tiễn

Phần 5: Kết Luận

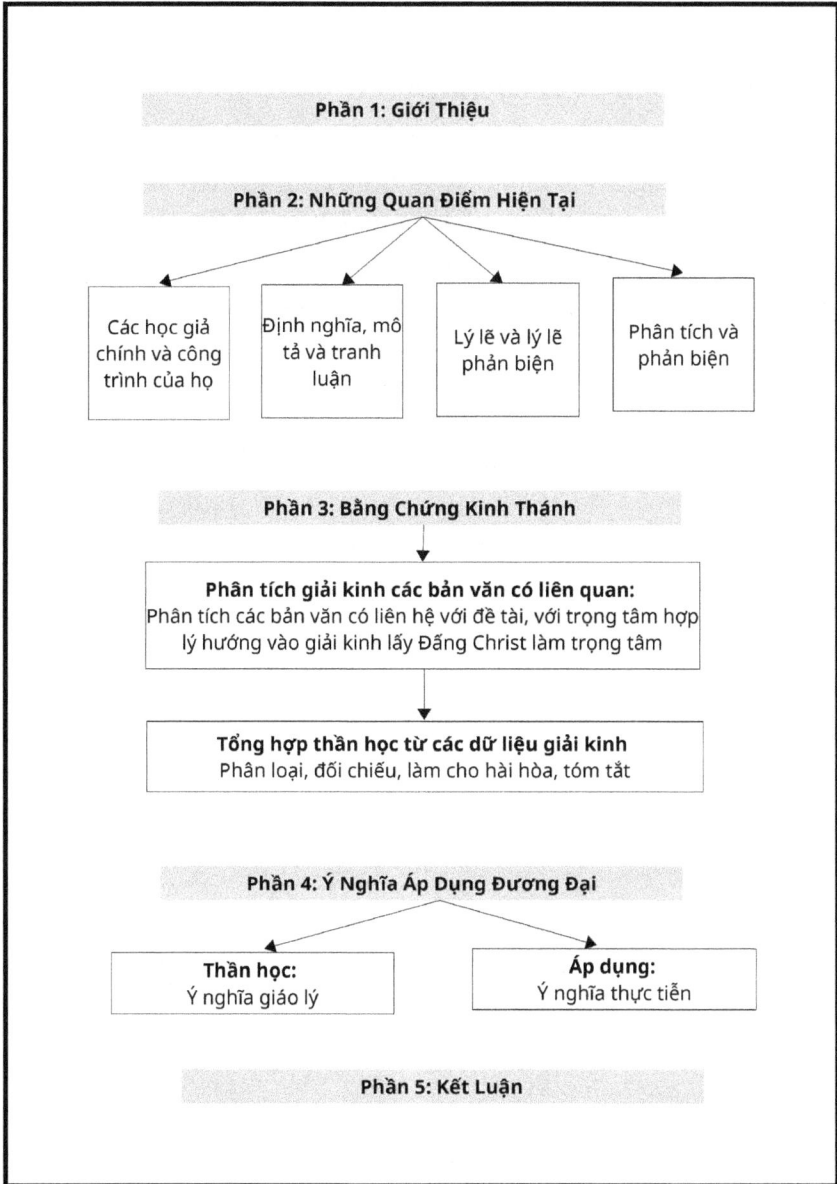

Hình 14: Bố Cục Bài Nghiên Cứu Hệ Thống Thần Học

Bố Cục Khác Cho
Thần Học Tin Lành Thuần Túy

Bạn không thể lúc nào cũng thực hiện nghiên cứu giải kinh đầy đủ về điều cả Kinh thánh dạy về một chủ đề được chọn trong một đề án nghiên cứu vì điều này thường đòi hỏi phải giải kinh sâu nhiều bản văn, một công việc khó thực hiện trong một bài nghiên cứu. Tuy nhiên, có thể thực hiện nghiên cứu giải kinh sâu một hoặc hai bản văn chính và giới thiệu việc giải kinh của bạn qua khảo sát tỉ mỉ các bản văn khác có liên quan. Trong những trường hợp như vậy, nghiên cứu được neo vào một phân đoạn chính. Các phân đoạn Kinh thánh trước đó (thượng văn) được phân tích trong mối liên hệ với *phân đoạn chủ đạo*; những điều này tạo nên *tiền đề cho thần học* (informing theology). Phần Kinh thánh tiếp theo (hạ văn) có thể được phân tích để biết chúng giải thích hay phát triển chủ đề của phân đoạn chủ đạo như thế nào.

Hình 15 mô tả phương pháp cơ bản. Bản văn Kinh thánh chính nói về đề tài dùng làm phân đoạn chủ đạo. Một phân tích giải kinh chi tiết bản văn này là trọng tâm của nghiên cứu. Để đặt phân đoạn chủ đạo vào ngữ cảnh thần học của nó, nghiên cứu phải bắt đầu với bản tóm lược tiền đề của thần học, tức là điều các đoạn Kinh thánh trước đó dạy, để đặt nền tảng mang tính khái niệm cho bản văn chính. Lời dạy của bản văn chính được giải thích thêm qua cách các phân đoạn Kinh thánh tiếp theo thêm vào lời dạy của phân đoạn then chốt hay áp dụng phân đoạn Kinh thánh then chốt. Nghiên cứu kết thúc với phần nói về ý nghĩa áp dụng đương đại của lời dạy. Ngoài phần dẫn nhập, bốn phần tiêu biểu này tạo thành cấu trúc của nghiên cứu. Trong một vài trường hợp, có thể bạn cần kết luận chương nói về 'các quan điểm hiện tại', giống như trong bố cục cơ bản.

Phần 1: Dẫn Nhập

Xem phần tương ứng trong 'bố cục cơ bản cho thần học tin lành thuần túy'.

Phần 2: Tiền đề của thần học[8]

Thực hiện một nghiên cứu giải kinh các phần Kinh thánh trước là một phần của tiền để của chủ đề thần học trong phân đoạn chủ đạo, dẫn đến bài tổng hợp tóm tắt một cách hệ thống lời dạy được kết hợp từ các bản văn có liên quan đến chủ đề, bao gồm hai bước:

Bước 1: nhận biết và phân tích các phân đoạn có liên quan. Bước này đòi hỏi bạn nhận biết và phân tích tất cả phân đoạn Kinh thánh có liên quan. Số các phân đoạn và cấp độ nghiên cứu sẽ xác định chiều sâu của phần giải kinh. Không nhất thiết phải chứng minh bằng tài liệu từng giai đoạn giải kinh. Bạn có thể chỉ báo cáo kết quả của việc nghiên cứu giải kinh, nhận xét về các khía cạnh có liên quan của bản văn khi chúng có liên hệ đến đề tài của luận văn.

Bước 2: tổng hợp và tóm tắt lời toàn bộ lời dạy. Một khi bạn đã phân tích các bản văn có liên quan, bạn cần sắp tất cả dữ liệu lại để có một bức tranh toàn diện. Bước này bao gồm phân loại, đối chiếu, làm cho hài hòa và tóm tắt các dữ liệu giải kinh. Tóm lại, đó là hệ thống hóa những sự dạy dỗ của phân đoạn bạn đã phân tích. Khi thực hiện những điều này, để ý xem chúng tác động đến câu hỏi nghiên cứu chính yếu và phân đoạn chủ đạo như thế nào.

---

8. Nếu bài phê bình văn chương nói đến các quan điểm đương đại được cho là cần thiết, thì nó sẽ là phần 2, còn tiền đề của thần học trở thành phần 3.

Phần 3: Phân đoạn chủ đạo

Trọng tâm của nghiên cứu là phần nghiên cứu giải kinh chi tiết phân đoạn chủ đạo, là phân đoạn Kinh thánh chính nói đến đề tài đang được nghiên cứu. Muốn biết mô tả chi tiết cách thực hiện nghiên cứu giải kinh, xem chương nói về 'cách thực hiện nghiên cứu giải kinh'.

Phần 4: Sự phát triển của thần học

Phần này tương tự với phần tiền đề của thần học, ngoại trừ việc nó xem xét chủ đề then chốt được phát triển thêm và áp dụng như thế nào trong các phân đoạn Kinh thánh tiếp theo.

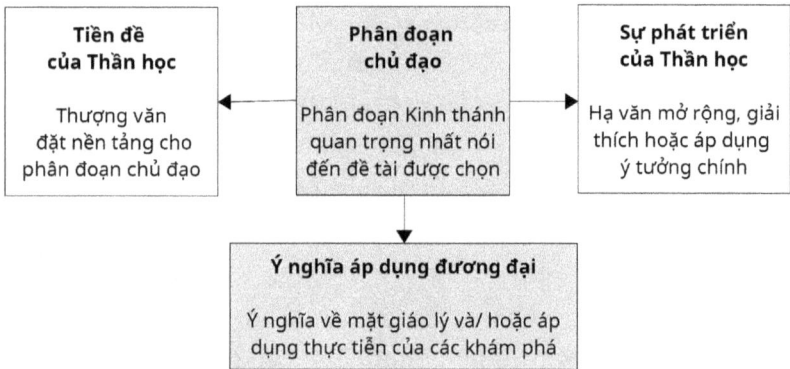

Hình 15: Bố Cục Khác Cho Bài Nghiên Cứu Thần Học

Phần 5: Ý nghĩa áp dụng đương đại

Xem phần tương ứng trong 'bố cục cơ bản cho thần học tin lành thuần túy'.

Christopher Peppler dùng nhiều biến thể của mô hình này, và ông gọi là 'giải kinh lấy Đấng Christ làm trọng tâm'. Những lời nói và việc làm của Chúa Giê-xu (tức là các Phúc Âm) là trọng tâm của mô hình. Chúng được thông báo trong Cựu Ước và được giải thích cũng như áp dụng trong phần còn lại của Tân Ước (xem Hình 16).

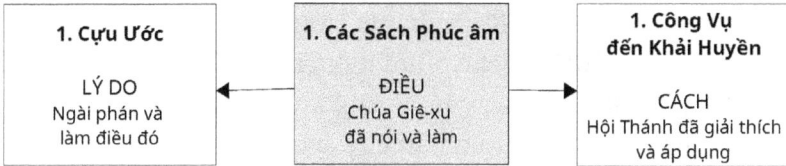

1. Cựu Ước	1. Các Sách Phúc âm	1. Công Vụ đến Khải Huyền
LÝ DO Ngài phán và làm điều đó	ĐIỀU Chúa Giê-xu đã nói và làm	CÁCH Hội Thánh đã giải thích và áp dụng

Hình 16: Giải Kinh Lấy Đấng Christ Làm Trọng Tâm

Mô hình giải kinh lấy Đấng Christ làm trọng tâm là phương pháp được ưa chuộng tại Chủng Viện Thần học Nam Phi. Bất cứ khi nào có thể, chúng tôi cố gắng đặt việc giải kinh của mình trên nền tảng là lời nói và việc làm của Chúa Giê-xu. Chúng tôi nhận thấy đôi khi mô hình giải kinh này không thể áp dụng được vì tất cả bản văn Kinh thánh chủ yếu đều nằm ngoài sách Phúc âm, nhưng hễ khi nào có thể, chúng tôi khuyến khích bạn đưa 'điều Chúa Giê-xu nói và làm' vào vị trí nổi bật trong việc giải kinh và thần học của bạn.

Tóm Tắt

Mục đích của chương này là đưa ra định hướng để thực hiện nghiên cứu trong lĩnh vực thần học hệ thống. Phương pháp tiếp cận thần học hệ thống của tin lành thuần túy bắt đầu với một giả định thiết yếu - Đức Chúa Trời phán trong lời của Ngài. Do đó, nhiệm vụ của thần học hệ thống là nhận biết tất cả những điều Ngài đã phán trong Kinh thánh, phân tích từng phân đoạn có liên quan, rút ra các nguyên tắc then chốt làm định đề và xây dựng một mô hình thần học giải thích tất cả các dữ liệu.

Chúng tôi đưa ra hai bố cục cho đề án nghiên cứu. Thứ nhất là bố cục cơ bản cho thần học tin lành thuần túy. Nó bắt đầu bằng một nghiên cứu các quan điểm hiện tại về đề tài, sau đó đi đến phân tích bằng chứng Kinh thánh bằng cách làm theo ba bước chính - quy nạp, diễn dịch và hồi nghiệm - và kết luận bằng cách xem xét ý nghĩa áp dụng của những khám phá qua nghiên cứu. Một bố cục khác giữ bài nghiên cứu bám chặt phân đoạn chính, phân tích cách các phân đoạn trước đó đóng vai trò làm tiền đề cho chủ đề thần học như thế nào và cách các phân đoạn sau phát triển và áp dụng ý tưởng của nó.

Chương 14

Thần Học Thực Hành

Tại Chủng Viện Thần học Nam Phi, chúng tôi phân chia các môn thần học chính theo ba khía cạnh đơn giản - thần học hệ thống, nghiên cứu Kinh thánh và thần học thực hành. Sự phân loại này không phải là hoàn hảo, nhưng nó đơn giản và hữu ích. Trong hai chương trước, chúng tôi đã đưa ra các mô hình nghiên cứu thần học cho môn nghiên cứu Kinh thánh và thần học hệ thống. Trong chương này, chúng tôi sẽ đưa ra mô hình tạm thời cho thần học thực hành.

Tại đây, chúng tôi phải nói rằng chúng tôi biết ơn Cowan vì những ý tưởng được trình bày trong chương này. Mô hình chúng tôi đưa ra đến từ Michael A. Cowan[1] thuộc Institute of Ministry tại Loyola University; chúng tôi sẽ gọi nó là *mô hình LIM*. Ngoại trừ một vài thay đổi nhỏ, toàn bộ những ý tưởng dưới đây đều đến từ Cowan.

Bản Chất Của Thần Học Thực Hành

Thần học thực hành là gì? Dùng sự phân loại ba khía cạnh đã đề cập ở trên, thần học thực hành trái ngược với nghiên cứu Kinh thánh và thần học hệ thống. Với ý nghĩa này, nó ám chỉ việc áp dụng thần học vào cuộc sống và mục vụ. Các tên gọi khác có

---

1. Michael A. Cowan, "Introduction to practical theology," *Loyota Institute for Ministry*, cập nhật 2000, truy cập vào 2-6-2006, http://loyno.edu

thể là nghiên cứu mục vụ hay thần học mục vụ. Giảng, dạy, mục vụ cho thiếu nhi, mục vụ cho thanh thiếu niên, truyền giáo, tham vấn Cơ Đốc, vai trò mục sư và lãnh đạo là những phần chia nhỏ trong thần học thực hành; tất cả đều liên quan đến việc đưa thần học vào thực hành như một mục vụ.

Đặc điểm chính yếu của thần học thực hành là tìm cách áp dụng suy nghĩ thần học để giải quyết các vấn đề thực tế trong cuộc sống. Xuất phát điểm của thần học thực hành là một vấn đề trong thực tiễn, tức là một tình huống có thật trong cuộc sống mà lẽ ra không nên có. Bằng phương pháp phân tích cặn kẽ vấn đề, nguyên nhân và những giải pháp có thể có, người nghiên cứu tìm cách thay đổi tình huống. Cowan giải thích:[2]

> Dấu hiệu phân biệt "thần học thực hành" là sự khẳng định rằng điểm chính của hiểu biết về thần học không chỉ là để suy ngẫm hay thấu hiểu thế giới như nó hiện có, mà là đóng góp vào thế giới để nó trở nên một thế giới như Đức Chúa Trời muốn, vì những ý định đó đã được giải thích bởi các truyền thống hữu thần lớn.

Cowan[3] phân biệt giữa phương pháp *suy ngẫm* và *biến đổi* trong nghiên cứu thần học. Các nền thần học mang tính suy ngẫm bằng lòng ngẫm nghĩ về thế giới như nó vốn có, còn nền thần học mang tính biến đổi thì nhất định thay đổi thế giới đúng như điều phải đạt tới. Mặc dù các ngành nghiên cứu Kinh thánh và thần học hệ thống có thể được thực hiện theo cách mang đến sự thay đổi, nhưng thần học thực hành là nhánh thần học mang tính biến đổi trực tiếp nhất. Nghiên cứu trong lĩnh vực thần học thực hành bắt đầu với một vấn đề có thật trong cuộc sống và hy vọng kết thúc với một giải pháp khả thi sẽ thay đổi hoàn cảnh.

---

2. Cowan,"Introduction to practical theology".
3. Cowan, "Introduction to practical theology"

Cowan[4] nhấn mạnh nghiên cứu thần học thực hành có bốn đặc điểm chủ yếu: (a) sự tương quan, (b) giải kinh ứng dụng, (c) nhận định và (d) biến đổi.

a. *Sự tương quan.* Sự tương quan đánh giá mối liên hệ giữa 'thế giới hiện tại' và 'thế giới lẽ ra phải đạt tới'. Nó tìm kiếm sự hiểu biết chính xác về hoàn cảnh hiện tại và viễn cảnh được ưa thích.

b. *Giải kinh ứng dụng.* Giải kinh đòi hỏi khả năng giải thích chính xác 'thế giới và truyền thống của chúng ta'. Các nhà thần học thực hành dùng hai bộ công cụ, một để giải thích hoàn cảnh hiện tại, một để giải nghĩa Kinh thánh.

c. *Nhận định.* Nhận định 'đòi hỏi chúng ta phải đánh giá rõ ràng những hiểu biết kế thừa, chi phối những cách giải thích và hành động của chúng ta'.

d. *Biến đổi.* Xu hướng cơ bản là làm cho thế giới trở nên hòa hợp hơn với Lời Chúa.

Vì vậy, các mục tiêu của nghiên cứu thần học thực hành là xem xét thế giới để hiểu vấn đề thực tế trong cuộc sống, nghiên cứu Lời Chúa để xem lý tưởng của Chúa là gì, rồi triển khai kế hoạch hành động để biến đổi thực tại thành điều phải đạt tới. Ba mục tiêu này là cột trụ cho mô hình hành động để nghiên cứu thần học thực hành.

Các Bước Trong Thần Học Thực Hành

Mô hình LIM của thần học thực hành đòi hỏi bốn bước theo thứ tự:

1. *Nhận biết vấn đề thực tế.* Khởi điểm là một vấn đề trong thế giới thực tế, vấn đề mà chúng ta chú ý và quan tâm.

---

4. Cowan, "Introduction to practical theology"

Đây thường là mối bận tâm của hội thánh hoặc cộng đồng. Dựa trên những quan sát và phản hồi ban đầu không mang tính khoa học, chúng ta nêu vấn đề và những thế lực phía sau tác động tạo ra vấn đề.

2. *Giải thích thế giới như hiện có.* Tự thân bài nghiên cứu bắt đầu với việc điều tra có hệ thống tình hình thực tế. Bằng cách thực hiện nghiên cứu mô tả, dùng phương pháp văn chương lẫn thực nghiệm, bạn bắt đầu giải thích nội dung (the what), cách thức (the how) và lý do (the why) của vấn đề. *Nội dung* là tình huống thực tế (những ấn tượng ban đầu của bạn có thể nhầm lẫn). *Cách thức* hoàn cảnh hiện tại phát triển là gì? Lý do tình hình lại như vậy?

3. *Giải thích thế giới như lẽ ra phải có.* Cowan mô tả bước này như sau: "Chúng ta cẩn thận lựa chọn khía cạnh nào đó của truyền thống đức tin.... Chúng ta cam đoan giải nghĩa tài liệu được chọn từ truyền thống của mình với sự am hiểu về lịch sử và tinh thần phản biện".[5] Dưới mục 'truyền thống đức tin', Cowan bao gồm "bản văn Kinh thánh, tác phẩm kinh điển về thần học, lời dạy của giáo hội, vân vân." Đối với các nhà thần học tin lành thuần túy, Kinh thánh có vai trò trung tâm; các nguồn tài liệu truyền thống khác chỉ đơn giản cung cấp thông tin.

4. *Giải thích những nghĩa vụ đương đại của chúng ta.* Bước cuối cùng là phát triển một kế hoạch hành động khả thi bày tỏ chính xác ý muốn của Đức Chúa Trời như được giải thích trong truyền thống đức tin của chúng ta và đưa ra một biện pháp có thể thực hiện. Cowan mô tả mô hình lý tưởng: "Chúng ta sắp xếp một sự can thiệp chi tiết thích đáng dựa trên khả năng rằng chúng ta đã chọn lựa, thực hiện điều đó cách cẩn thận, và đánh giá nghiêm khắc ý

---

5. Cowan, "Introduction to practical theology"

nghĩa thực tiễn tác động đến cả hai...".[6] Không phải mọi nghiên cứu đều có thể kết thúc bằng hành động; thường người nghiên cứu phải thỏa lòng với việc đưa ra những đề xuất.

Bốn bước này bao gồm hạt giống của mô hình hợp lý, đơn giản cho các đề án nghiên cứu trong lĩnh vực thần học thực hành.

Bố Cục Cho Bài Nghiên Cứu Thần Học Thực Hành

Sử dụng mô hình LIM, Tiến sĩ Woodbridge và Giáo sư Arthur Song đã phát triển cấu trúc dưới đây cho luận văn Thạc sĩ Thần học trong thần học thực hành. Chúng tôi đã xin phép họ trình bày ở đây.

1. Dẫn nhập

Nói rõ những mối quan tâm có liên quan đến đề tài đã chọn, nêu lên vấn đề cụ thể, trình bày mục tiêu nghiên cứu, hình thành một giả thuyết có thể thực hiện được và trình bày phương pháp nghiên cứu của bạn.

2. Trình bày tình huống

Trong giai đoạn này,[7] bạn giải thích thế giới như trong hiện tại. Điều này bao gồm mô tả tình huống như sau :

a. Trình bày một *khảo sát về mặt lịch sử* để có được bức tranh về lịch sử hoàn cảnh. Tùy vào bản chất của hoàn cảnh mà bạn có thể làm điều này bằng cách sử dụng các tài liệu đã được xuất bản, văn thư lưu trữ và hồ sơ có liên

---

6. Cowan, "Introduction to practical theology"
7. Mạch văn hợp lý của một số nghiên cứu tuyên bố rằng tình huống hiện tại phải được trình bày sau viễn cảnh tốt đẹp hơn.

quan, hay các cuộc phỏng vấn các nhân chứng và người tham gia.

b. Mô tả hoàn cảnh hiện tại, nói về *điều* đang xảy ra (sự kiện và hiện thực) và *lý do* nó đang xảy ra (các lực tác động tạo nên hiện thực). Làm điều này bằng cách thực hiện *nghiên cứu thực nghiệm* (thăm dò thực tế, bằng câu hỏi và phỏng vấn) và/hoặc bằng cách thực hiện *phân tích tình huống* (khảo sát văn chương trong khoa học xã hội).

Phần phác họa tình huống hiện tại mô tả chi tiết tình huống thực tế cần được cải thiện. Tính chính xác và khách quan của việc phân tích là vô cùng quan trọng cho phần còn lại của bài nghiên cứu. Nếu tình huống được phân tích kỹ, nó sẽ đặt nền vững chắc cho đáp ứng thực tế và phù hợp với Kinh thánh. Phần nghiên cứu thần học thực hành này quan trọng và phức tạp đến nỗi chúng tôi dành cả một chương cho nghiên cứu mô tả. Bạn nên nghiên cứu phần này song song với chương này về thần học thực hành.

3. Viễn cảnh tốt đẹp hơn

Mục tiêu của giai đoạn này là hình thành mô hình thần học đối với viễn cảnh tốt đẹp hơn, giải thích thế giới như lẽ ra phải có. Bạn cần phát triển mô hình này bằng cách dùng các nguồn tài liệu học thuật để giải thích truyền thống đức tin của bạn.

'Truyền thống đức tin' là gì? Cowan[8] bao gồm các bản văn Kinh thánh, các tác phẩm thần học kinh điển và những lời dạy của giáo hội làm các yếu tố của một truyền thống đức tin. Woodbridge và Song[9] gọi đó là "quan điểm mang tính hệ phái phù hợp Kinh thánh". Niềm tin quyết của chúng tôi là chỉ xem các truyền thống giáo hội, quan điểm hệ phái và các tác phẩm thần học là truyền

---

8. Cowan, "Introduction to practical theology"
9. Noel B. Woodbridge và Arthur Song, "A model for practical theology". Bài giảng, South African Theological Seminary, 2007

thống đức tin khi chúng phù hợp với những dạy dỗ của Kinh thánh, mặc dù nhận biết rằng chúng có thể ủng hộ những giá trị và tập tục vốn dĩ trung tính theo quan điểm Thánh kinh. Chúng tôi đề nghị mục tiêu của giai đoạn này là trình bày mô hình thần học dựa trên quan điểm Thánh kinh. Phần giải thích của bạn về các tài liệu Thánh kinh trong khuôn khổ của truyền thống giáo hội, quan điểm hệ phái và nhất là nghiên cứu học thuật.

Nếu bạn đang viết luận văn trong lĩnh vực thần học thực hành thì những phần nào yêu cầu phải phân tích dữ liệu Kinh thánh? Thường thì điều này cần hình thức khảo sát hay phân tích tổng quát về những dạy dỗ của Kinh thánhh có liên quan đến đề tài của bạn. Bạn nên nghiên cứu Kinh thánh một cách thứ tự, giải thích cách chúng nói đến đề tài của bạn như thế nào. Đa phần, bạn không cần thực hiện phân tích giải kinh sâu cho từng phân đoạn, nhưng bạn cần bảo đảm rằng lời giải thích của bạn chính xác và mọi kết luận bạn suy ra, hay áp dụng bạn đề nghị đều lấy từ bản văn. Có thể bạn cần phải thực hiện giải kinh chi tiết vài bản văn then chốt. Ngay cả trong phần tổng quan, bạn cũng cần đưa vào các tài liệu đáng tin cậy nói về bản văn đang được xem xét, đặc biệt các sách chú giải học thuật quan trọng. Nếu học vị là Thạc sĩ Thần học hay Tiến sĩ Thần học, thì bạn phải chứng tỏ sự thông thạo khi xem xét các bản văn Kinh thánh. Đừng dại dột nghĩ rằng khi dán nhãn 'thực hành' vào trước chữ 'thần học', bạn sẽ được miễn trừ nhu cầu xử lý những khía cạnh Kinh thánh và Thần học của luận văn một cách thành thạo.

4. Những đề nghị thực tiễn

Thực hiện *kế hoạch hành động* để đưa ra *khung thực tiễn* cho việc biến đổi tình huống hiện tại thành viễn cảnh tốt đẹp hơn. Hãy đề nghị những đáp ứng khả thi cho tình huống hiện tại (danh sách những cách can thiệp hợp lý hay các bước hành động) dưới ánh sáng của:

a. Phân tích tình huống hiện tại dựa trên kinh nghiệm và lịch sử (thế giới như vốn có);

b. Bản tóm lược các nguồn tài liệu Thánh kinh và thần học có liên quan để gợi ý một viễn cảnh tốt hơn.

Trong một số trường hợp, đề án nghiên cứu mở rộng thêm phần thực hiện và đánh giá kế hoạch hành động. Tuy nhiên, trong hầu hết các nghiên cứu của sinh viên, bài nghiên cứu kết thúc với những đề nghị thực tiễn để đưa tình huống hiện tại (thế giới như vốn có) đến viễn cảnh tốt hơn (thế giới như lẽ ra phải có).

Tóm Tắt

Thần học thực hành bao gồm một nhóm rộng lớn các đề tài khác nhau. Không một mô hình nào bao hàm mọi nghiên cứu. Mô hình LIM có thể là mô hình hiện có đơn giản và tiện lợi cho người sử dụng nhất. Mặc dù có nhiều mô hình chuyên sâu hơn, nhưng LIM thích hợp cho hầu hết các nghiên cứu (có lẽ với vài điều chỉnh nhỏ cho phù hợp với tính lô-gic của đề án cụ thể).

Đó là một mô hình tốt vì nó xác thực với cuộc sống. Nhiều đề án nghiên cứu bắt đầu bằng một vấn đề thực tế. Khi giải quyết vấn đề thực tế, điều hợp lý là bắt đầu bằng cách xem xét tình huống hiện tại. Một khi bạn có được bức tranh rõ ràng về tình huống hiện tại, điều nên làm là phân tích lý tưởng theo Kinh thánh, tức là xây dựng mô hình thần học về viễn cảnh tốt đẹp hơn. Cuối cùng, thay đổi là mục tiêu của thần học thực hành, vì vậy bài nghiên cứu phải kết thúc với một kế hoạch hành động trình bày những đề nghị thực tiễn để đi từ cái hiện tại đến cái được yêu thích.

Phần 1: Giới Thiệu

Phần 2: Tình Hình Hiện Tại

Giải thích thế giới như hiện có

Khảo sát về mặt lịch sử
Tình hình xuất hiện như thế nào

Phân tích tình hình
Thực tế hiện tại là gì

Phần 3: Viễn Cảnh Tốt Đẹp Hơn

Giải thích thế giới như lẽ ra phải có

Quan điểm Kinh Thánh về tình hình hiện tại

Mô hình thần học về viễn cảnh tốt hơn

Phần 4: Đề Nghị Thực Tiễn

Thế giới như hiện có
Tóm tắt và đề nghị, được biểu thị bởi sự nhạy bén với nhu cầu của những người có liên quan

Thế giới như lẽ ra phải có
Tóm tắt và đề nghị, được mô tả trên phương diện những nghĩa vụ của hội thánh ngày nay

Kế hoạch hành động với các bước thực tế

Phần 5: Kết Luận

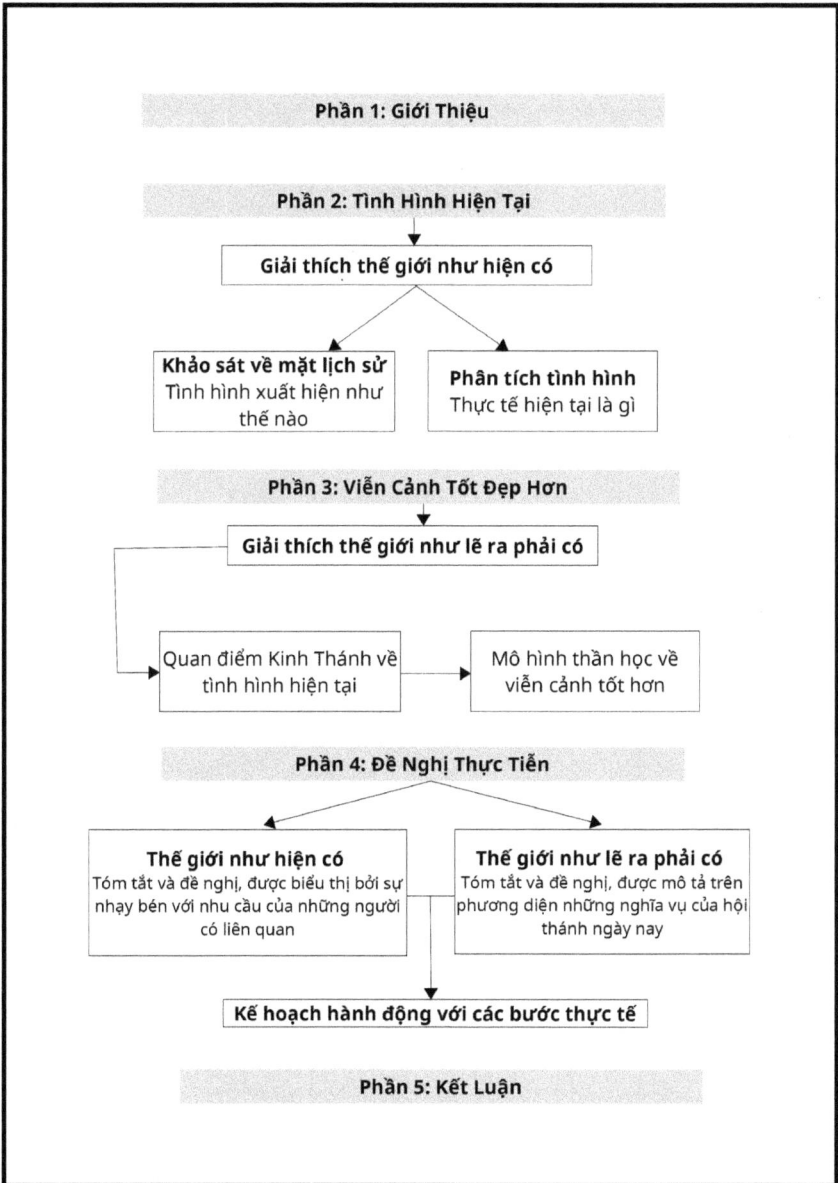

Hình 17: Bố Cục Cho Bài Nghiên Cứu Thần Học Thực Hành

Chương 15

Tổng Quan Tài Liệu

"Điều thiết yếu là mỗi đề án nghiên cứu phải bắt đầu với một bài tổng quan về tài liệu hiện có".[1] Trong nhiều luận văn, chương 2 là tổng quan tài liệu. Ngay cả nếu luận văn không có một chương riêng biệt cho bài tổng quan tài liệu, thì luận văn phải thể hiện nhận thức về lịch sử nghiên cứu và tương tác với những đóng góp chính trong lĩnh vực đó.

Một số người thích gọi đó là tình hình nghiên cứu, vì là một người nghiên cứu, mối quan tâm của bạn không nằm ở bất kỳ loại văn chương nào, mà chỉ là tác phẩm học thuật. "Tóm lại, bạn quan tâm đến kiến thức học thuật gần đây, đáng tin cậy và thích hợp nhất trong lĩnh vực bạn quan tâm".[2] Những người khác thì thích gọi là lịch sử nghiên cứu, vì nó đưa ra bản tóm lược của nghiên cứu trước đó, đưa đến điểm mà từ đó nghiên cứu của bạn bước sang phần tranh luận.

Tại Sao Bạn Phải Viết Bài Tổng Quan Tài Liệu

Tại sao tổng quan tài liệu là phần rất quan trọng khi viết luận văn? Những lý do quan trọng nhất để thực hiện tổng quan tài liệu ngay khi bắt đầu mỗi đề án nghiên cứu là gì? Có nhiều lý do. Ví dụ, một tổng quan tài liệu sẽ giúp bạn:

---

1. Mouton, 86.
2. Mouton, 87.

- Tránh lặp lại nghiên cứu đã được thực hiện trước đó;
- Nhận ra những lỗ hổng trong nghiên cứu hiện tại đòi hỏi phải nghiên cứu thêm;
- Tương tác với những học thuyết và những phát hiện mang tính thực nghiệm gần đây nhất; và
- Thu hẹp ý tưởng nghiên cứu của bạn dưới ánh sáng của sự hiểu biết rộng hơn về lĩnh vực đó.

Bạn không thể chỉ chìm đắm trong đề tài mình quan tâm. Bạn phải xác định yêu cầu của mình trong bối cảnh của những câu hỏi đã được đưa ra và giải đáp. Bạn muốn nghiên cứu những vấn đề hoặc là chưa được trả lời hoặc là chưa được trả lời thỏa đáng theo đánh giá của bạn. Thực hiện tổng quan tài liệu kỹ càng sẽ giúp bạn dốc hết sức lực, tập trung vào những nhu cầu và lỗ hổng thật sự. Nó cũng giúp bạn đến với bài nghiên cứu từ góc nhìn hiểu biết, nhận biết cách người khác thực hiện những nghiên cứu tương tự ra sao và những khám phá của họ là gì. Về lâu về dài, điều này sẽ tiết kiệm thời gian cho bạn!

Cách Đánh Giá Bài Tổng Quan Tài Liệu

Trong mọi vấn đề, nếu bạn biết yêu cầu là gì, thì sẽ dễ dàng đáp ứng yêu cầu hơn. Vậy, yêu cầu của một bài tổng quan tài liệu là gì? Mouton[3] liệt kê những tiêu chuẩn để đánh giá bài tổng quan tài liệu:

1. Phải bao gồm đầy đủ các khía cạnh chính của bài nghiên cứu. Nếu nghiên cứu của bạn đề cập bốn khía cạnh có quan hệ với nhau, thì tổng quan tài liệu phải bao gồm cả bốn khía cạnh. Hơn nữa, nó phải thể hiện rằng bạn biết rõ tất cả các nghiên cứu

---

3. Mouton, 90-91.

chủ yếu trong từng khía cạnh.[4] Nếu đề tài của bạn nói đến giáo lý về Đức Thánh Linh trong sách Công Vụ, mà bạn không nhắc đến cuộc tranh luận lớn giữa Gordon Fee và Roger Stronstad trong thập niên 1990, thì người chấm bài sẽ kết luận rằng bạn chưa làm thấu đáo. Bạn phải bao gồm tất cả những đóng góp chính.

2. *Bài tổng quan tốt thể hiện sự công bằng trong cách nghiên cứu các tác giả.* Các sinh viên thần học có tiếng là để cho thành kiến len lỏi vào nghiên cứu của họ. Khi đọc các bản thảo đầu tiên của đề cương MTh, chúng tôi thường có cảm giác sinh viên đã biết (các) câu trả lời cho nghiên cứu của mình. Anh đã quyết định, và dự định dùng luận văn để chứng minh điều đó. Thái độ này không thích hợp với nghiên cứu, là công việc đòi hỏi sự xem xét khách quan, không thành kiến. Khi người nghiên cứu bị thiên lệch, việc đánh giá nguồn tài liệu trong tổng quan tài liệu thường không công bằng. Nếu anh không đồng ý với tài liệu, anh không trình bày một tóm tắt công bằng về các quan điểm và lý lẽ của nó. Đôi khi, vấn đề không phải là thành kiến mà là sự luộm thuộm - người nghiên cứu không đích thân đọc tài liệu, vì vậy anh không thể nhìn nhận cách chính xác. Để viết một bài tổng quan tài liệu đạt kết quả, bạn phải đọc kỹ càng các tài liệu bạn xem xét và đưa ra đánh giá chính xác, không thiên vị.

3. *Bài tổng quan tài liệu phải có tính thời sự và không lỗi thời.* 'Có tính chất thời sự' tức là cập nhật thông tin mới nhất và là mối quan tâm hiện tại. Mặc dù thường phải bắt đầu bằng một khái quát ngắn gọn về lịch sử, nhưng phần chính của bài tổng quan phải dành cho tình hình hiện tại của cuộc thảo luận. Vấn đề hiện tại có thể gây tranh luận trong lĩnh vực này là gì? Ai là những phát ngôn viên chính cho các quan điểm khác nhau? Những xuất bản

---

4. Điều này đúng với cấp độ MTh và DTh, nhưng ở cấp độ BTh thì yêu cầu ít hơn.

mới đây đóng góp gì cho cuộc tranh luận? Bài viết của bạn phải trả lời những loại câu hỏi này.

4. Bài tổng quan tài liệu tốt phải được sắp xếp cẩn thận và có giải thích. Bài tổng quan tài liệu không nên giống một danh mục chú giải, chỉ là danh sách các tài liệu với vài từ cho từng tài liệu. Ngược lại, nó phải thể hiện sự tương tác và giải thích của bạn về lịch sử nghiên cứu. Tức là, bạn phải tương tác với những tài liệu then chốt sao cho nó thể hiện cách bạn giải thích lịch sử của kiến thức đó. Điều này hàm ý sự sắp xếp. Có nhiều cách khác nhau để sắp xếp bài tổng quan tài liệu. Cách tốt nhất có thể cho nghiên cứu của bạn là theo trình tự thời gian, theo trường phái tư tưởng, hay theo các phần trong bài nghiên cứu. Hệ thống bạn chọn phải cho thấy sự tương tác mang tính giải thích của bạn với kiến thức.

Đây là những tiêu chuẩn cần thiết. Bài tổng quan của bạn phải thấu đáo, khách quan, hiện thời và có giải thích. Chúng ta đã xem xét tại sao tổng quan tài liệu lại quan trọng và nó phải *như thế nào*. Bây giờ, chúng ta hãy chuyển đến cách có được những tài liệu bạn cần.

Thu Thập Tài Liệu Cho Bài Tổng Quan Tài Liệu

Thực hiện bài tổng quan tài liệu hầu hết dễ gây nản lòng vì khó nhận diện và thu thập tất cả tài liệu có liên quan. Nói cách khác, bạn phải đối diện hai thách thức:

- Bạn phải nhận diện tất cả tài liệu có liên quan đến đề tài.
- Bạn phải tiếp cận hầu hết các tài liệu bạn đã nhận diện.

Nếu bạn đã tiếp cận với một thư viện thần học lớn, bạn sẽ gặp ít khó khăn hơn trong việc lấy thông tin. Tuy nhiên, nếu bạn là một sinh viên theo học từ xa và không tiếp cận được với thư viện tốt nhất, thì việc nhận diện và lấy tài liệu liên quan là một trong những thách thức lớn nhất bạn sẽ gặp trong nghiên cứu. Nhưng đừng nản chí - bạn có thể thành công! Bằng cách nào? Chúng ta hãy trả lời câu đó theo cách 'hỏi-đáp'.

Tôi cần công cụ nào để nhận diện và thu thập các tài liệu có liên quan? Bạn cần hai công cụ: một thư viện và Internet. Trong quá trình nghiên cứu, bạn sẽ cần tiếp cận một thư viện thần học lớn. Điều này có nghĩa là bạn phải đi đến một thư viện gần nhất và ở đó vài tuần. Trong thời gian tôi học tiến sĩ, tôi phải thực hiện ba chuyến đi, mỗi chuyến hai tuần, đến Đại học Stellenbosch để sử dụng thư viện ở đó. Khi đến đó, tôi sao chụp càng nhiều càng tốt để tôi có thể sử dụng các tài liệu đó ở nhà.

Bạn phải tiếp cận được nguồn tài liệu trên Internet! Trong các giai đoạn đầu của nghiên cứu, Internet thậm chí còn ích lợi hơn cả thư viện. Có hai lý do: (a) có nhiều sách điện tử và tạp chí điện tử hay có sẵn đầy đủ trên mạng và (b) dù một tài liệu cụ thể nào đó không có sẵn đầy đủ, bạn cũng có thể biết nó luôn ở đó trong kết quả tìm kiếm của bạn. Ngoài ra, bạn có thể tìm những bản tóm lược hay các mục điểm sách của các tài liệu này.

Tôi tìm loại tài liệu nào? Câu trả lời chung là *tài liệu có chất lượng học thuật cao*, đặc biệt là những tài liệu gần đây (10 năm trở lại). Cụ thể, bạn nên tập trung vào ba loại tài liệu chính:

- *Tạp chí:* Các bài báo trên tạp chí là nguồn tài liệu tốt nhất về văn chương học thuật. Chúng ngắn hơn và cập nhật hơn so với sách.
- *Sách:* Bạn phải tiếp cận các sách chính trong lĩnh vực của bạn, nhất là các tài liệu có ảnh hưởng sâu xa và các tác phẩm học thuật lớn.
- *Luận văn:* Luận văn là nghiên cứu học thuật; nếu ai đó đã thực hiện nghiên cứu có liên quan, bạn cần nhận biết và sử dụng nó.

Ngoài ra, danh mục tài liệu là một trong những điều đầu tiên người ta nhìn vào khi đánh giá luận văn! Họ tìm điều gì trong đó? Trước nhất, các xuất bản gần đây - sách và bài báo từ 10 năm trở lại. Thứ hai, các tài liệu chất lượng - những đầu sách chuyên ngành và các tạp chí hay nhất về đề tài. Thứ ba, các tác giả then chốt - những học giả hàng đầu, những chuyên gia trong lĩnh vực đó.

Làm thế nào tìm những quyển sách then chốt về đề tài? Sau đây là vài cách đơn giản để tìm nhanh những tài liệu chủ yếu:

1. Đọc các tổng quan tài liệu. Những sách báo học thuật – chuyên khảo và luận văn - thường bắt đầu với một bài tổng quan tài liệu (như bạn sẽ làm). Trong những bài này, họ sẽ nhận diện các tác giả và tác phẩm then chốt, tóm tắt ngắn gọn nội dung và đóng góp của chúng. Những tài liệu nhận được quan tâm nhiều nhất là những tài liệu quan trọng nhất trong lĩnh vực đó. Chúng là những tài liệu bạn phải đọc.

2. Nghiên cứu danh mục tài liệu. Khi bạn xác định một tài liệu then chốt (sách, bài báo hay luận văn), hãy nghiên cứu danh mục tài liệu của nó để tìm các tựa đề khác có liên quan. Bạn sẽ kinh ngạc vì bạn xác định được tất cả các tài liệu quan trọng trong lĩnh vực bạn chọn nhanh đến mức nào. Mọi người sẽ trích dẫn chúng, vì vậy chúng rất dễ tìm - chỉ tìm các tên xuất hiện nhiều lần.

3. Tìm kiếm nhà sách trực tuyến. Nhà sách lớn nhất trên thế giới là www.amazon.com. Amazon liệt kê gần như mọi sách được xuất bản. Hãy đến đó và tìm từ khóa hay đề tài nghiên cứu của bạn; bạn sẽ tìm thấy mọi sách quan trọng về đề tài đó (ngay cả một số còn chưa được xuất bản). Bạn cũng sẽ tìm thấy các bài điểm sách và một số đường dẫn tới các sách có liên quan. Giá trị của cách tìm kiếm này là bạn sẽ tìm được những phát hành mới nhất, những tài liệu chưa có trong các báo cáo tài liệu và danh mục tài liệu.

4. Dùng Google scholar và Google books. Tìm kiếm Google thông thường và Google alerts có lẽ không hữu ích nhiều vì bạn sẽ thấy quá nhiều tài liệu đại chúng (khác với học thuật). Tuy nhiên, có hai giải pháp Google có thể là nguồn lợi lớn để tìm thông tin: Google scholar và Google books.

Google scholar (http://scholar.google.co.za) là thiết bị tìm kiếm xác định các tài liệu học thuật (khác với tài liệu đại chúng) trên mạng. Bạn có thể tìm các bài báo trên tạp chí, luận văn và luận án, bài nghiên cứu,...Nhiều kết quả có thể được xem đầy đủ trên Internet; một số khác có thể xem khái quát. Ngược với công cụ dò tìm Google thông thường, kết quả từ công cụ tìm kiếm Google scholar sẽ có giá trị học thuật lớn hơn nhiều.

Google books (http://books.google.co.za) là một sáng kiến để đưa các sách được xuất bản lên mạng. Một số lượng lớn các sách đã được tải lên, có nhiều sách đang được thêm vào mỗi ngày. Các sách thuộc bản quyền công cộng (không bị giới hạn bởi bản quyền) có đầy đủ nguyên cuốn. Các tài liệu có bản quyền cũng được tải lên nguyên cuốn, nhưng bạn không thể đọc toàn bộ tài liệu. Tuy nhiên bạn có thể tìm kiếm toàn bộ nguyên văn sách, xem các trang mục lục và đọc các đoạn trích (đôi khi là những đoạn trích khá quan trọng). Trang mạng này thường cung cấp đường dẫn tới các bài điểm sách.

Làm thế nào tôi tìm được các bài báo về đề tài của tôi trên tạp chí? Cách xa xưa là đi đến thư viện và tìm trong danh mục liệt kê. Nếu bạn đến được thư viện thần học lớn với bộ sưu tập đáng kể các tạp chí thì vẫn rất ích lợi. Tuy nhiên, nhiều tạp chí ngày nay đã có sẵn trên Internet. Các tạp chí trực tuyến xuất hiện ở hai hình thức: (1) nguyên bài: bạn có thể tải xuống bài báo thật sự; (2) trích dẫn: bạn tìm danh mục tài liệu và đôi khi là bản tóm tắt. Rõ ràng, các bài báo có nguyên bài thì hữu ích hơn vì bạn có thể lấy chúng ngay. Vấn đề là tìm ra chúng. Có vài cách để tìm:

Cơ sở dữ liệu. Có các bộ sưu tập đồ sộ các bài báo trên cơ sở dữ liệu có thể tìm kiếm được. Những cơ sở dữ liệu này được thiết kế đặc biệt cho mục đích nghiên cứu và được sử dụng chủ yếu bởi các thư viện trong trường đại học.

- *EBSCO host* là bộ sưu tập các tạp chí lớn nhất thế giới; hãy tìm hiểu xem trường của bạn có đăng ký sử dụng nó không. Bạn có thể lấy nhiều bài báo và mục điểm sách nguyên bài.
- *JSTOR* (www.jstor.org) là một đề án được xây dựng để đem các nguồn tài liệu tạp chí lên mạng. Cơ bản đã có một bộ sưu tập lớn. Bạn có thể tìm kiếm đầy đủ mọi tài liệu trên mạng và có thể lấy trọn bài tất cả các bài báo.
- *ATLA and ATLAS* là danh sách các tài liệu học thuật về thần học lớn nhất. Nhiều danh mục chỉ chứa đựng thông tin danh mục tài liệu, nhưng một thiểu số quan trọng có thể được lấy trọn bài. Tìm trên ATLA sẽ cho bạn ý tưởng tốt về cái đã được viết về đề tài thần học. ATLAS có nhiều bài báo được liệt kê nguyên bài trên ATLA.
- *OT and NT Abstracts* (có sẵn trên EBSCO host) cung cấp bản tóm lược ngắn gọn hầu như mọi sách hay bài báo quan trọng được xuất bản trong lĩnh vực nghiên cứu Cựu Ước hoặc Tân Ước. Các bản tóm lược bao gồm các tài liệu được xuất bản trong tất cả ngôn ngữ thần học chính yếu, nhưng bản tóm lược thì đều bằng tiếng Anh. Lướt qua các bản tóm lược liên quan đến đề tài là một cách hữu ích để bạn bắt đầu phần tổng quan tài liệu. Trong vòng vài tiếng, bạn có thể có được ý niệm về điều đang xảy ra trong lĩnh vực bạn nghiên cứu bằng cách đọc nhiều bản

tóm tắt. (Tôi luôn bắt đầu bài nghiên cứu Kinh thánh của mình tại đây!)

- *Religion and Philosophy Collection* chứa hơn 300 tạp chí đầy đủ nguyên bài! Tất cả các bài báo đều có sẵn nguyên bài. Nó cung cấp lượng thông tin rộng lớn về nhiều đề tài trong thần học, tôn giáo và triết học.
- *The Theological Journal Library* (Thư viện Tạp chí Thần học) là bộ sưu tập với khoảng 500 quyển tạp chí từ các ấn phẩm trên CD-ROM dựa trên nền tảng Kinh thánh. Bạn có thể tìm và xem trực tuyến các đoạn trích của các bài báo tại www.galaxie.com/journal.php. Bộ sưu tập có giá cả vừa phải, vì thế bạn có thể nghĩ đến việc mua cho mình một bản.
- *SA e-Publications* (www.sabinet.co.za) là một diễn đàn trực tuyến xuất bản các bản điện tử của các tạp chí tại Nam Phi, bao gồm bộ sưu tập tôn giáo khá lớn. Diễn đàn hoàn toàn có thể tìm được và tất cả bài báo đều có nguyên bài.
- *Directory of Open Access Journals* (Danh bạ các tạp chí được truy cập không giới hạn) (www.doaj.org): bộ sưu tập lớn các tạp chí trực tuyến có thể tìm được, bao gồm 46 tạp chí tôn giáo và 63 tạp chí triết học; các bài báo có sẵn nguyên bài.
- *Ingenta* (www.ingentaconnect.com) cho phép bạn tìm kiếm cơ sở dữ liệu tôn giáo với 63 tạp chí (tất cả đều về tôn giáo). Tất cả các bài báo đều có thể tìm được, nhưng không phải tất cả đều miễn phí, hầu hết phải trả tiền cho mỗi lần xem.

Ngoài những bộ sưu tập này, có đến hàng trăm tạp chí học thuật có sẵn trên Internet. Google scholar sẽ giúp bạn tìm những tạp chí có liên quan đến đề tài của bạn.

Làm thế nào tìm các luận văn và luận án liên quan đến đề tài của tôi? Ngoài việc xem kỹ các trang mạng của các trường, bạn nên thử www.tren.com. The Theological Research Exchange Network là một thư viện với hơn 10.000 đầu đề luận văn/luận án thần học trình bày nghiên cứu từ nhiều cơ sở khác nhau. TREN cũng có sẵn các bài viết cho hội nghị được trình bày tại các cuộc họp thường niên của nhiều hội đoàn học thuật. Mức độ tiếp cận tài liệu thay đổi khác nhau. Đối với một số, bạn chỉ có thể xem thông tin danh mục tài liệu và phải mua luận văn hoặc bài viết. Một số khác thì có phần khái quát/tóm tắt bạn có thể xem kỹ. Một số ít thì miễn phí.

Danh sách đầy đủ các đề tài luận văn và luận án ở Nam Phi có sẵn trên trang mạng của The National Research Foundation (xem www.nrf.ac.za). Đối với luận văn quốc tế, thử vào cơ sở dữ liệu ProQuest Dissertation and Theses và xem danh sách cơ sở dữ liệu các luận văn trên www.asrp.info

Tóm Tắt

Bài tổng quan về hiểu biết học thuật hiện tại là bước đầu tiên thiết yếu trong hầu hết các đề án nghiên cứu. Nó giúp bạn tránh lặp lại điều người khác đã làm, nhận ra những lĩnh vực còn thiếu, tương tác với các khám phá gần đây và thu hẹp ý tưởng nghiên cứu. Bài tổng quan của bạn phải tập trung vào nguồn tài liệu học thuật, và phải thấu đáo, khách quan, mang tính thời đại và có lời giải thích. Các tạp chí, sách và luận văn là những nguồn tài liệu học thuật có giá trị. Trang mạng có thể cũng hữu ích, nhưng phải thận trọng khi sử dụng. Nếu bạn không dễ dàng đến một thư viện thần học uy tín, bạn có thể truy cập trực tuyến nhiều nguồn tài liệu tốt nhất.

Chương 16

Nghiên Cứu Mô Tả

Nghiên cứu mô tả, còn được gọi là nghiên cứu thăm dò hay nghiên cứu thăm dò-mô tả, là công cụ nghiên cứu chính yếu để nghiên cứu trong lĩnh vực thần học thực hành. Nhiều nghiên cứu trong thần học thực hành liên quan đến nghiên cứu thăm dò (thực nghiệm), trong đó người nghiên cứu dùng các cuộc phỏng vấn, khảo sát và/hoặc bảng hỏi để thu thập dữ liệu ban đầu về một hội thánh, cộng đồng, tổ chức, sự kiện, phong tục hay điều gì khác. Mục đích của chương này là đưa ra những hướng dẫn thực tế để thực hiện nghiên cứu mô tả trong nghiên cứu thần học.

Hiểu Nghiên Cứu Mô Tả

Tính chất

Nghiên cứu mô tả thực hiện đúng như tên gọi của nó - mô tả - thường là một hay nhiều đặc điểm của một nhóm người, từ chuyên môn gọi là quần thể. Đôi khi thông tin được thu thập hoàn toàn là định lượng (con số và phần trăm). Lúc khác thì là định tính, bao gồm tại sao, điều gì và bao nhiêu.[1]

---

1. xem Vyhmeister, 126.

Giống như tất cả các nghiên cứu, nghiên cứu mô tả tìm cách xem xét một vấn đề.[2] Nó thường dùng dữ liệu lấy từ các cuộc phỏng vấn, bảng hỏi, khảo sát và trường hợp nghiên cứu điển hình để đưa ra kết luận và đề nghị về một nghiên cứu hay báo cáo. Nghiên cứu mô tả cung cấp dữ liệu về chủ đề nghiên cứu, mô tả 'ai, cái gì, khi nào, ở đâu, và thế nào' của tình huống. Nó cung cấp bảng mô tả một cách hệ thống chính xác và thực tế nhất trong khả năng có thể. Phương pháp này rất thích hợp với nghiên cứu thống kê (số lượng). Tuy nhiên, nó cũng có thể mang định tính, tìm cách mô tả hiện tượng.[3]

Nói cách chính xác, những câu hỏi liên quan đến nguyên nhân và biện pháp cho một tình huống nằm ngoài phạm vi nghiên cứu mô tả thuần túy. Trong một nghiên cứu về định tính, người nghiên cứu có thể khảo sát quan điểm của quần thể về nguyên nhân tình hình và/hoặc cách giải quyết vấn đề, nhưng khi làm như vậy anh đang tường thuật suy nghĩ chủ quan của người khác hơn là mô tả nguyên nhân cách khách quan và thực tế. Nghiên cứu mô tả tốt thường đặt nền vững chắc để từ đó người nghiên cứu có thể chẩn đoán nguyên nhân và đề xuất biện pháp, nhưng những bước này là những hàm ý được rút ra từ mô tả, không phải một phần của chính bài mô tả.

Mục đích

Mục tiêu chính của nghiên cứu mô tả là mô tả dữ liệu và các đặc điểm của luận đề hay vấn đề đang được nghiên cứu.[4] Nói cách

---

2. "Research Method," cập nhật 2008, truy cập vào 18-3-2008, www.kkhubb.com

3. "Educational Research," cập nhật 2005, truy cập vào 18-3-2008, http:www83.homepage.villanova.edu

4. "What is Descriptive Research?" cập nhật 2008, truy cập vào 18-3-2008, http://wiki.answers.com

khác, mục đích là để mọi người biết đến thực tế. Bạn có thể rút ra kết luận và đưa ra quyết định dựa trên mô tả.[5]

Trong ngôn ngữ chuyên môn, theo Isaac và Michael[6], nghiên cứu mô tả có bốn mục đích chính:

1. Tập hợp thông tin chi tiết mô tả hiện tượng đang có;
2. Nhận diện vấn đề hay giải thích hoàn cảnh và các tập tục;
3. So sánh và đánh giá; và
4. Xác định điều người khác đang làm với những vấn đề hoặc tình huống tương tự và học hỏi từ kinh nghiệm của họ cho những kế hoạch và quyết định trong tương lai.

Trong bối cảnh mục vụ ở hội thánh địa phương, nghiên cứu mô tả nhằm báo cáo tình hình hay chiến lược mục vụ hiện tại. Dựa trên bài mô tả, người nghiên cứu có thể đánh giá mang tính phản biện các khám phá nghiên cứu và đề nghị cách cải thiện tình hình mục vụ.[7]

Đặc điểm

Leedy[8] cho biết khảo sát mô tả có các đặc điểm nổi bật sau đây:

1. Khảo sát mô tả đề cập đến tình huống đòi hỏi kỹ thuật quan sát phải là phương tiện thu thập dữ liệu chính.
2. Quần thể nghiên cứu phải được lựa chọn kỹ lưỡng, được định nghĩa rõ ràng và định ranh giới cụ thể để đặt ra những giới hạn chính xác nhằm bảo đảm tính riêng biệt của quần thể.

5. Vyhmeister, 126.
6. Stephen Isaac và William B. Michael, *Handbook in research evaluation*. (San Diego: EDITS, 1971), 18
7. "Applied Research Project," cập nhật 2005, truy cập vào 19-3-2008, www.dts.edu
8. Leedy, 187.

3. Dữ liệu trong nghiên cứu thăm dò-mô tả đặc biệt dễ bị méo mó qua việc đưa thành kiến vào bố cục của bài nghiên cứu. Cần đặc biệt chú ý để ngăn ngừa dữ liệu không bị ảnh hưởng của thành kiến.

4. Mặc dù phương pháp thăm dò-mô tả dựa vào quan sát để lấy dữ liệu, nhưng dữ liệu đó phải được sắp xếp và trình bày cách hệ thống để có thể rút ra những kết luận chính xác và giá trị.

Giá trị

Những điểm sau nhấn mạnh ý nghĩa của nghiên cứu mô tả:[9]

1. Nghiên cứu mô tả miêu tả hiện tượng, vấn đề và/hoặc ý kiến hiện tại và phổ biến.

2. Phương pháp này rất dễ và có thể sử dụng trực tiếp, do đó, rất phổ biến và là phương pháp nghiên cứu được sử dụng rộng rãi.

3. Nghiên cứu mô tả không chỉ mô tả vấn đề hiện tại, mà nhiều lúc còn đề xuất nhiều giải pháp có giá trị cho vấn đề.

4. Nghiên cứu mô tả hữu ích trong việc phát triển công cụ thu thập dữ liệu như bảng hỏi, kế hoạch làm việc, bảng liệt kê các mục cần kiểm tra, vân vân.

5. Bằng cách đề cập các mối liên hệ giữa hoặc trong vòng những biến số, nghiên cứu mô tả ích lợi trong việc phát triển các khái quát hóa, nguyên tắc hay học thuyết mới, là những điều có giá trị và thiết thực đối với tất cả mọi người.

---

9. "Types of Research in Education," cập nhật 2008, truy cập vào 19-3-2008, www.bhojvirtualuniversity.com

Hạn chế

Nghiên cứu mô tả có thể miêu tả chính xác một tình huống và tường thuật những quan điểm phổ biến về nguyên nhân và biện pháp có thể có, nhưng nó không thể chẩn đoán nguyên nhân hay đưa ra giải pháp cách khách quan. Nó có thể đặt nền móng thực tế và hợp lý để từ đó người nghiên cứu có thể suy ra những nguyên nhân thích hợp và đề xuất các giải pháp thực tế, nhưng người nghiên cứu phải nhận ra những điều này là những suy luận từ kết quả của nghiên cứu thăm dò.

Nói cách khác, nó không thể thiết lập mối liên hệ bình thường giữa các biến số.[10] Patwardhan[11] cảnh báo rằng nghiên cứu mô tả:

1. không tập trung vào cái 'tại sao' khi cố gắng hiểu hiện tượng.
2. không thể được sử dụng để dự đoán hay kiểm tra mục đích.

Không nhận ra những hạn chế của phương pháp này sẽ khiến cho người nghiên cứu phóng đại kết luận của họ. Nếu bạn biết, thì chúng sẽ giúp bạn tránh được khuynh hướng này.

Tiến Hành Nghiên Cứu Mô Tả

Tiến trình nghiên cứu mô tả có thể được chia thành chín bước:

1. Tuyên bố mục tiêu
2. Xem xét nghiên cứu có liên quan
3. Phác thảo phương pháp
4. Triển khai công cụ

---

10. "Educational Research"
11. H. Patwardhan, "Research design and implementation,". Bài thuyết trình trực tuyến 2007, truy cập vào 18-3-2008, http://bb.cutn.sk/discus/messages/31352

5. Chọn người tham gia
6. Mô tả tiến trình thu thập dữ liệu
7. Phân tích và giải thích dữ liệu
8. Rút ra kết luận
9. Viết báo cáo

Chúng tôi sẽ xem xét chi tiết hơn từng bước một trong phần còn lại của chương này.

Bước 1: Đặt mục tiêu cho bài nghiên cứu.

Tất cả nghiên cứu đều chịu sự chi phối của vấn đề hay mục tiêu nghiên cứu. Trong một luận văn thần học, vấn đề chính cần nghiên cứu sẽ chi phối mục tiêu của thành phần mô tả trong bài nghiên cứu (xem chương 9). Khi vấn đề chính cần nghiên cứu được chia thành các vấn đề phụ hay câu hỏi then chốt, một trong những điều này sẽ đặt mục tiêu cho bài nghiên cứu dựa trên thực nghiệm. Trong một số ít trường hợp, đề án nghiên cứu mô tả sẽ là toàn bộ đề án. Cho dù nó tạo nên toàn bộ bài nghiên cứu hay một phần trong một bài nghiên cứu lớn hơn, thì thăm dò mô tả vẫn phải được định hướng bởi một vấn đề cụ thể và một mục tiêu rõ ràng. Bạn phải tuyên bố mục tiêu của bài nghiên cứu mô tả trong một câu.

Mọi điều chúng tôi đã nói trước đây về việc tuyên bố vấn đề cần nghiên cứu cũng áp dụng ở đây. Giá trị của nghiên cứu đặc biệt quan trọng trong loại nghiên cứu này, vì nó phải có ý nghĩa đủ để kích thích người trả lời tiềm năng. Mục tiêu chi phối mọi khía cạnh khác của bài nghiên cứu. Nó quyết định việc lựa chọn bố cục cho bài nghiên cứu, loại thông tin cần có, lựa chọn người tham gia, kích cỡ mẫu, các câu hỏi, và nhiều điều khác.

Điển hình là mục tiêu (hay câu hỏi hoặc vấn đề) sẽ dùng cách diễn đạt chỉ về phương pháp nghiên cứu được sử dụng, ít nhất là về tính chất *định tính* hay *định lượng* của nghiên cứu. Ví dụ, 'Sinh trưởng trong gia đình của một mục sư Tin Lành có ảnh hưởng gì trên việc tham gia sinh hoạt hội thánh của người đó?' gợi ý một bài nghiên cứu về định tính. Ngược lại, 'Mối liên hệ giữa lời dạy của giáo hội về dâng hiến và phần trăm thu nhập mà thành viên dâng cho mục vụ là gì?' gợi ý một phương pháp về định lượng.

Bước 2: Xem xét nghiên cứu có liên quan.

Trước khi bạn hối hả tiến hành nghiên cứu mô tả của mình về một quần thể, bạn nên thể hiện sự am hiểu của bạn về các đề án nghiên cứu có liên quan. Bạn nên trình bày *nghiên cứu trước đó* trong cùng lĩnh vực (hoặc các lĩnh vực thích hợp, có liên quan). Research Methods[12] gợi ý bài xem xét của bạn phải đạt được những điều sau:

- Tóm tắt những khám phá của các đề án nghiên cứu khác có cùng yêu cầu như nghiên cứu của bạn.
- Tóm tắt những khám phá của các nghiên cứu khác có mức độ thích hợp nào đó với nghiên cứu bạn đề xuất.
- Đánh giá tính thích hợp của các phương pháp được sử dụng cho những nghiên cứu tương tự khác. Ở điểm này, bạn nên trình bày sơ những kết luận được rút ra bởi những người nghiên cứu trước đó khi xem xét nghiên cứu có liên quan.
- Trình bày bất kỳ áp dụng nào của những khám phá nghiên cứu trước đó đối với việc thực hành ứng dụng.

Phần xem xét nghiên cứu có liên quan thường được trình bày trong một mục gọi là 'tổng quan tài liệu'. Tổng quan tài liệu thường đòi hỏi cả một chương. Nếu phần này khá ngắn, hãy đưa vào chương dẫn nhập của luận văn. Đối với nghiên cứu thần học,

---

12. "Research Methods"

bạn cũng phải cung cấp cho đề án nền tảng lý thuyết và thần học - Thánh kinh, giải thích lý do căn bản cho bố cục của bài nghiên cứu. Phần mô tả này phải nói đến các nghiên cứu trước đó về đề tài này và các đề tài có liên quan.[13]

Bước 3: Phác thảo phương pháp

Khi bạn biết điều bạn cần biết (mục tiêu rõ ràng) và cách các nghiên cứu khác đạt được mục tiêu tương tự (báo cáo nghiên cứu), thì bước tiếp theo là quyết định cách tốt nhất để có được thông tin bạn cần. Các cuộc *phỏng vấn* cá nhân có thể thích hợp để tập hợp một số dữ liệu (nghiên cứu định lượng). Sử dụng *bảng hỏi* là cách hay nhất để thu thập những thông tin khác. Bạn có thể có được những loại thông tin nào đó từ các *hồ sơ lưu trữ. Quan sát* cá nhân cũng có giá trị. Đối với từng phương pháp khác nhau, bạn cần triển khai một chiến lược. Bạn phải có khả năng cung cấp lý do căn bản rõ ràng cho từng loại công cụ thu thập dữ liệu mà bạn định dùng. Lý do căn bản của bạn phải chỉ ra tại sao đây là phương pháp thích hợp nhất để đạt mục tiêu này. Chiến lược của bạn cũng phải mô tả chi tiết *cách* bạn định sử dụng từng phương pháp. Nếu bạn định thực hiện phỏng vấn (hay bảng hỏi), hãy mô tả bao nhiêu cuộc phỏng vấn, ai sẽ được phỏng vấn, tại sao là những người này, cuộc phỏng vấn kéo dài bao lâu, bạn sẽ tiếp cận những người được phỏng vấn như thế nào, dữ liệu nào sẽ thu thập, vân vân. Nếu bạn định dùng hồ sơ hay văn thư lưu trữ, cho biết cái gì có sẵn và cách bạn sẽ sử dụng nó.

Ví dụ: bạn có phỏng vấn tất cả chấp sự không? Nếu không, bạn sẽ chọn những người để phỏng vấn như thế nào? Bạn thực hiện phỏng vấn khi nào và ở đâu? Thăm dò về ấn tượng của thuộc viên hội thánh đối với công việc của chấp sự có ẩn danh không?

Làm thế nào bạn có được con số lớn nhất các thuộc viên trong hội thánh trả lời thăm dò của bạn? Bố cục của bài nghiên cứu cần đề cập những điều này và những vấn đề thực tế khác.[14]

Bước 4: Triển khai công cụ.

Bạn có thể dùng nhiều phương pháp thu thập dữ liệu khác nhau, bao gồm bảng hỏi, phỏng vấn và quan sát.

Bảng hỏi (chủ yếu cho nghiên cứu về định lượng)

Bảng hỏi là công cụ được dùng trong thăm dò. Dữ liệu đôi khi nằm sâu trong tâm trí hay thái độ, cảm xúc hay phản ứng của những người nam và nữ. Như dầu nằm dưới biển, vấn đề đầu tiên là phát minh một công cụ để thăm dò dưới lòng biển. Công cụ thường thấy để quan sát dữ liệu nằm ngoài tầm với vật lý của người quan sát là *bảng hỏi.*[15]

Thăm dò ngày càng trở nên phổ biến trong thời gian gần đây. Người ta được hỏi loại kem đánh răng nào họ sử dụng, họ sẽ bỏ phiếu cho ứng viên chính trị nào, hay họ cảm thấy thế nào về hôn nhân giữa các chủng tộc. Một số thăm dò được thực hiện bằng lời. Một số dùng bảng hỏi để người được hỏi phải viết câu trả lời. Dù thông tin có được từ bảng hỏi thường rộng lớn, nhưng nó dễ nông cạn. Loại nghiên cứu này được gọi là *nghiên cứu định lượng* và phần lớn tùy thuộc vào số người trả lời.[16]

Chuẩn bị bảng hỏi. Chuẩn bị bảng hỏi mất nhiều thời gian và đòi hỏi hiểu biết chuyên môn. Bảng hỏi phải hấp dẫn, ngắn gọn và dễ trả lời. Một bảng hỏi được chuẩn bị tốt có thể lấy được dữ liệu mô tả thực tế và thu thập thông tin cần thiết.

---

14. Vyhmeister, 28.
15. Leedy, 187.
16. Vyhmeister, 132.

Những điều nên làm và không nên làm khi chuẩn bị bảng hỏi
Đây là một số nguyên tắc thực tế[17] để giúp bạn đưa ra những câu hỏi. Danh sách này không phải là danh sách đầy đủ, nhưng nó cung cấp một số thành phần chính yếu của một bảng hỏi được soạn cẩn thận. Trước nhất là điều nên làm:

- Bắt đầu bảng câu bằng một tựa đề và phần giới thiệu hay lời chào mừng.
- Đưa ra tính bảo mật và ẩn danh.
- Theo nguyên tắc KISS (keep it simple, stupid = đơn giản, dễ hiểu).
- Viết câu hỏi và câu trả lời với mục tiêu rõ ràng, ngôn ngữ súc tích, câu văn hoàn chỉnh, ngôn từ đơn giản và chính xác về văn phạm lẫn chính tả.
- Cụ thể khi đưa ra từng câu hỏi.
- Đừng để những câu hỏi có tính riêng tư và bí mật ở cuối bảng câu hỏi.
- Buộc người trả lời phải đọc cẩn thận từng câu hỏi bằng cách thay đổi cách bạn đặt câu hỏi.
- Thiết kế những câu trả lời loại trừ lẫn nhau.
- Chấp nhận câu trả lời 'không biết' hay 'không thích hợp' khi phù hợp.
- Kiểm tra bảng hỏi của bạn bằng phương pháp nghiên cứu thí điểm.

Còn bây giờ là những điều không nên làm:

- Không mơ hồ.
- Không hỏi câu hỏi phủ định kép.
- Không dùng quá nhiều chữ viết tắt, tên rút gọn hay từ sáo rỗng.

---

17. "Do's and Don'ts of Questionnaire Design in Survey Research," cập nhật 2008, truy cập vào 20-3-2008, www.nedarc.org

- Không hỏi những câu hỏi có thể bị phản đối hay nặng về về giá trị.
- Không hỏi những câu buộc người khác trả lời theo ý mình muốn.
- Không hỏi những câu hỏi mở nếu không cần thiết.
- Không đặt những câu hỏi 'lưỡng nghĩa'.
- Không hỏi những câu mang tính giả thuyết.
- Không bắt người trả lời phải tính toán không cần thiết.
- Không hỏi những câu không cần thiết.

Loại câu hỏi. Có nhiều loại câu hỏi khác nhau trong bảng hỏi. Tuy nhiên, tất cả đều có thể phân vào loại câu hỏi *mở* hoặc *đóng*.[18]

- *Câu hỏi mở.* Câu hỏi mở cho phép người được hỏi trả lời tùy ý họ muốn, không cần gợi ý. Vì câu trả lời rất khác nhau, nên việc lập bảng thống kê kết quả thăm dò cho câu hỏi mở thường phức tạp và mất thời gian.
- *Câu hỏi đóng.* Trong câu hỏi đóng, người trả lời chọn từ danh sách câu trả lời cho sẵn. Những câu hỏi này dễ trả lời, nhưng câu trả lời có thể không được chính xác.

Thử nghiệm trước bảng hỏi (nghiên cứu thí điểm). Tiến hành nghiên cứu thí điểm để lấy thông tin về những thiếu sót trong bảng hỏi và những ý kiến để cải thiện nó. Thử nghiệm bảng hỏi cho 5-10 người, là những người không nằm trong nghiên cứu chính. Điều này đem lại cho bảng hỏi, một công cụ nghiên cứu, một giá trị lớn hơn.

Phỏng vấn (chủ yếu cho nghiên cứu định tính)

Phỏng vấn cho phép hiểu sâu hơn và đầy đủ hơn về quan điểm của người trả lời. Trong khi kiểu thăm dò (dùng bảng hỏi) chỉ có khả năng cho câu trả lời 'đồng ý' và 'không đồng ý', thì một cuộc phỏng vấn có thể cho người nghiên cứu biết lý do người đó

---

18. xem Vyhmeister, 133-134.

không đồng ý hay đồng ý. Phỏng vấn mất thì giờ nhưng cung cấp thông tin mà thăm dò không cung cấp được. Để cuộc phỏng vấn cung cấp thông tin tối đa có thể được, người phỏng vấn phải ghi âm cuộc trò chuyện, nhưng chỉ với sự cho phép của người được phỏng vấn. Viết dàn ý các câu bạn định hỏi khi đến cuộc phỏng vấn. Cuộc trò chuyện có thể đi ra ngoài dàn ý này, nhưng ít ra bạn cũng có khung cho cuộc phỏng vấn của mình.[19]

Tóm tắt các bước thực hiện phỏng vấn. Leedy[20] đề nghị những bước sau để có cuộc phỏng vấn, một kỹ thuật lấy thông tin nghiên cứu, thành công. Chúng đơn giản, nhưng rất quan trọng:

1. Chuẩn bị tốt cho cuộc phỏng vấn.
2. Gửi những câu bạn sẽ hỏi cho người được phỏng vấn.
3. Xin phép thu âm cuộc phỏng vấn.
4. Xác nhận ngày phỏng vấn ngay bằng giấy tờ.
5. Gửi lời nhắc cùng với các câu hỏi đến người được phỏng vấn mười ngày trước ngày phỏng vấn.
6. Nhanh chóng, thực hiện theo chương trình, và chuẩn bị bản sao các câu hỏi cho người được phỏng vấn, phòng trường hợp người đó làm mất bản của mình. Sau cuộc phỏng vấn, đưa ra bản đánh máy nội dung cuộc phỏng vấn và xin người được phỏng vấn viết lời xác nhận tính chính xác hoặc xin bản sao đã được sửa chính xác từ người được phỏng vấn. Sau khi bạn đã kết hợp tài liệu vào báo cáo nghiên cứu, hãy gửi phần báo cáo cho người được phỏng vấn để xin sự chấp thuận sau cùng và xin phép sử dụng dữ liệu trong báo cáo của bạn.

---

19. Vyhmeister, 136.
20. Leedy, 195.

Bước 5: Chọn người tham gia (mẫu quần thể)

Lấy mẫu. Chọn mẫu cẩn thận để bạn có thể nhìn thấy tất cả các đặc điểm của toàn bộ quần thể.[21] Khi cuộc thăm dò dư luận quần chúng của Viện Gallup được thực hiện để tìm xem công dân sẽ chọn ứng cử viên nào, những người nghiên cứu không hỏi từng cử tri đã đăng ký. Họ lấy mẫu quần thể. Tức là họ thăm dò một nhóm đại diện. Bất kể loại công cụ được dùng để lấy thông tin là gì - thăm dò, phỏng vấn hay bảng liệt kê - lấy mẫu là một cách để có được nhiều thông tin từ số người không nhiều lắm. Để một mẫu tiêu biểu cho toàn thể quần thể, nó phải có tất cả các đặc điểm của quần thể đó. Mẫu phải đủ lớn để đại diện cho quần thể và phải bao gồm cũng những loại người đó theo cùng tỉ lệ họ có mặt trong toàn bộ quần thể.[22]

Kỹ thuật lấy mẫu. Khi chọn người tham gia, hãy dùng kỹ thuật chọn mẫu thích hợp. Phải bảo đảm rằng người tham gia vừa có khả năng, vừa sẵn sàng cung cấp thông tin mình mong muốn.[23] Vyhmeister[24] mô tả ba kỹ thuật lấy mẫu chính:

- *Lấy mẫu đại diện.* Để đại diện cho quần thể, mẫu phải bao gồm tỷ lệ cân xứng tất cả những loại người khác nhau trong nhóm. Do đó, mẫu đại diện (thường được gọi là mẫu phân tầng) sẽ gồm có nam và nữ, già và trẻ, giàu và nghèo, da đen và da trắng, và bất kỳ loại nào khác có trong nhóm lớn hơn.

- *Lấy mẫu ngẫu nhiên.* Lấy mẫu ngẫu nhiên là kỹ thuật được dùng để bảo đảm, càng nhiều càng tốt, một nhóm đại diện công bằng của dân số. Ở đây 'ngẫu nhiên' không có nghĩa là 'tình cờ'. Người nghiên cứu nghĩ ra những

---

21. Leedy, 200.
22. Vyhmeister, 130-131.
23. Educational Research.
24. Vyhmeister, 131-132.

cách để đạt mục tiêu này bằng cách thăm dò mỗi người thứ mười trong danh sách hay phỏng vấn mỗi ứng viên thứ tư. Lấy mẫu ngẫu nhiên có thể áp dụng cho toàn bộ quần thể. Ví dụ: mỗi thuộc viên thứ sáu trong hội thánh - bất kể tuổi tác, giới tính hay các yếu tố khác - đều được nhận bảng hỏi.

- *Lấy mẫu theo cụm.* Lấy mẫu theo cụm chọn các cụm làm mẫu. Ví dụ: Brian muốn nghiên cứu về các hội thánh Báp-tít tại Western Cape. Anh tìm được 29 hội thánh được liên kết với Baptist Union of South Africa. Phân tích theo chủng tộc, anh tìm thấy có 16 hội thánh phần lớn là người da đen, 9 da trắng và 4 da màu. Anh chia theo kích cỡ, thì thấy có ba hội thánh hơn 300 thuộc viên, 14 có từ 100 đến 300 và mười hội thánh có ít hơn 100. Sau khi chia các hội thánh thành từng loại, anh có thể chọn ngẫu nhiên một hội thánh trong từng phân loại.

Bước 6: Mô tả tiến trình thu thập dữ liệu

Thu thập dữ liệu là phần hấp dẫn của bài nghiên cứu. Sau tất cả những công việc chuẩn bị vất vả, thật vui khi gửi đi các bảng hỏi và được nhận trở lại. Lý tưởng là nhận được lại 100 phần trăm, tức là từng bảng hỏi được hoàn tất và trả lại đúng thời hạn để thống kê kết quả thăm dò. Nhưng điều này hiếm khi xảy ra. Hoặc là thư bị lạc, hoặc người trả lời không gửi lại câu hỏi hay bảng hỏi không được điền chính xác - và kết quả thăm dò cung cấp thông tin về một bộ phận giới hạn trong quần thể.[25]

Tiến trình thu thập thông tin cần thiết cho bài nghiên cứu liên quan đến những câu hỏi như: Dữ liệu sẽ được thu thập ra sao? Ai sẽ đi lấy dữ liệu? Tiến trình nào sẽ được sử dụng? Tiến trình

---

25. Vyhmeister, 30-131.

thu thập dữ liệu có thể được chia thành hai giai đoạn: giai đoạn chuẩn bị và giai đoạn tập hợp.

Giai đoạn chuẩn bị: chuẩn bị thư ngỏ. Khi gửi đi bảng câu hỏi, hãy bỏ thêm thư ngỏ vào. Thư ngỏ phải thực hiện được những điều sau:[26]

- Giải thích ngắn gọn ý nghĩa của nghiên cứu. (Xin lưu ý, ý nghĩa không nằm ở việc bạn đang thực hiện một luận văn; mà ý nghĩa nằm ở giá trị của bài nghiên cứu đối với cộng đồng hay hội thánh. Giúp bạn hoàn tất luận văn sẽ không phải là điều quan trọng đối với hầu hết mọi người).
- Mô tả ngắn gọn điều người trả lời được hỏi và tại sao.
- Xưng hô với người trả lời cách riêng tư và cá nhân.
- Đưa ra lời xác nhận của giáo sư hướng dẫn nghiên cứu để tăng thêm tính đáng tin cậy cho lá thư.
- Bảo đảm tính tuyệt đối bảo mật và ẩn danh cho người trả lời.
- Cho biết ngày cụ thể (hạn chót) phải gửi lại bảng câu hỏi.
- Đích thân ký tên vào lá thư.
- Cung cấp phong bì để gửi lại có ghi địa chỉ và dán tem sẵn.

Giai đoạn tập hợp: các chiến lược theo dõi. Tỷ lệ bảng hỏi hoàn tất được gửi lại thường thấp (30-50 phần trăm). Vì lý do này mà người nghiên cứu cần dùng các chiến lược theo dõi để tăng tỷ lệ hưởng ứng.

Chiến lược chủ động theo sát có thể làm tăng tỷ lệ hưởng ứng lên 20 phần trăm. Chúng tôi đề nghị hai chiến lược chủ động. Thứ nhất, gửi nhắc nhở qua tin nhắn, thư điện tử hay bưu thiếp. Sau đó một thời gian, gửi bưu kiện thứ hai với một lá thư mới với lời lẽ tích cực, và một phong bì để gửi lại có ghi sẵn địa chỉ và dán tem.

---

26. xem "Educational Research"

Các chiến lược theo dõi phụ có thể làm gia tăng tỷ lệ hưởng ứng lên đến 10 phần trăm.[27] Kỹ thuật hữu hiệu nhất là gọi điện thoại cho những người chậm trả lời để khuyến khích họ gửi lại bảng câu hỏi đã hoàn tất.

Bạn phải ghi lại và hệ thống hóa dữ liệu được thu thập qua thăm dò.[28] Khi bạn đã lấy đủ bảng câu hỏi, hãy ghi lại từng mẫu dữ liệu cách trật tự.[29]

Bước 7: Phân tích và giải thích dữ liệu

Dữ liệu thô tự nó không có ý nghĩa. Bạn cần phân tích, sắp xếp và giải thích dữ liệu. Bạn cần tập hợp dữ liệu rồi sau đó xử lý bằng các kỹ thuật phân tích thích hợp. Trong trường hợp dữ liệu mang tính định lượng, những kỹ thuật sẽ bao gồm các công cụ thống kê. Đối với dữ liệu định tính, bạn cần một phương pháp viết bằng mã, sắp xếp và phân tích dữ liệu không số.

Khi phân tích dữ liệu không số (nói cách khác, khi thực hiện bài nghiên cứu định tính), bạn có thể dùng một hay nhiều trong số những công cụ phân tích dữ liệu này:[30]

- *Phân tích sự khác biệt theo mục (Discriminant item analysis):* cung cấp tỷ lệ hưởng ứng cho từng mục cũng như tổng số mẫu và phần trăm gửi trả về, vì không phải tất cả những người trả lời đều trả lời câu hỏi (tức là hình ảnh/điểm số của kết quả, phần trăm, vân vân).
- *Phân tích theo cụm:* Nhóm các mục theo cụm đề cập đến cùng vấn đề, rồi thể hiện tổng số theo từng cụm mục để tránh 'quá tải thông tin'.

---

27. Educational Research.
28. Leedy, 216.
29. Vyhmeister, 129.
30. xem "Educational Research", "Research Methods"

- *Thống kê suy luận (phân tích):* Dùng số liệu thống kê để kiểm tra giả thuyết của bạn.

Mặt khác, dữ liệu định tính có tính chất không số. Chúng bao gồm các quan sát, danh mục tạp chí và các tài liệu hiện có (ví dụ: văn thư lưu trữ, biên bản). Tuy nhiên, chúng thường ở hình thức của những câu trả lời mở đối với thăm dò hoặc phỏng vấn.[31] Để trình bày dữ liệu như vậy một cách trung thực, chính xác và ngắn gọn, bạn cần viết bằng mã, sắp xếp và trình bày/phân tích chúng.

- *Viết bằng mã.* Để bảo vệ sự ẩn danh của người trả lời, hãy dùng phương thức viết bằng mật mã. Ví dụ: mã MGBC có thể che giấu những đặc tính: M là nam (male), G là tỉnh Gauteng, B là hệ phái Báp-tít và C là độ tuổi từ 40-49.
- *Sắp xếp.* Để giúp độc giả theo dõi phần trình bày của bạn, bạn cần tìm ra cách hợp lý để sắp xếp và trình bày dữ liệu của mình.
- *Trình bày.* Cuối cùng, bạn cần nhận xét về xu hướng bạn quan sát và những lý do có thể có cho những điều đó. Đây là phân tích và giải thích dữ liệu.

Có nhiều kỹ thuật riêng biệt để phân tích. Hầu hết những kỹ thuật đó xoay quanh việc nhận biết những điểm khác nhau và giống nhau giữa các câu trả lời, chia chúng theo nhóm hay phân loại, rồi trình bày xu hướng và những nguyên nhân hợp lý cho các câu trả lời đó.

Khi phân tích dữ liệu, bạn nên liên hệ những khám phá của mình với các thuyết hiện có và giải thích kết quả dưới ánh sáng đó. Bạn cũng nên xem những phát hiện của mình có hình thành một học thuyết mới hay xác nhận những cái đã có hay không.[32]

---

31. "Educational Research".
32. "Types of Research in Education"

Bước 8: Rút ra kết luận

Tiến trình nghiên cứu phải đi đến kết luận. Những kết luận này sẽ có giá trị nếu việc tập hợp và phân tích dữ liệu căn bản được thực hiện cách đúng đắn. Tiến trình rút ra kết luận gồm ba bước chính: (a) tuyên bố những điều khám phá được; (b) xác minh tính đáng tin cậy; và (c) xem xét những hàm ý của chúng. Chúng tôi sẽ trình bày từng bước chi tiết hơn.

Tuyên bố những điều khám phá được. Bạn nên trình bày những khám phá của bài nghiên cứu càng rõ ràng và súc tích càng tốt, liên hệ kết quả với vấn đề cần nghiên cứu. Nếu bạn đã đặt câu hỏi, câu trả lời bạn tìm ra là gì? Nếu bạn thử nghiệm một giả thuyết, những phát hiện của bạn dẫn bạn đi đến việc chấp nhận hay từ chối giả thuyết đó?

Sức mạnh của những điều bạn khám phá có thể ở trong khoảng xác định và không xác định; giữa hai cực này là những kết luận mang tính thăm dò. Kết luận của bạn là *xác định* nếu bạn tin rằng chúng đưa ra câu trả lời dứt khoát cho vấn đề. Kết luận *không xác định* khi các dữ liệu mâu thuẫn, không thể đưa ra câu trả lời rõ ràng. Hầu hết các kết luận đều rơi vào dạng *thăm dò*. Điều này xảy ra khi dữ liệu đề nghị giải pháp, nhưng bạn chưa thể đưa ra tuyên bố cuối cùng về vấn đề. Về nguyên tắc, tốt nhất là nói giảm thay vì cường điệu kết luận của mình.

Nếu bài nghiên cứu của bạn xoay quanh việc kiểm tra một giả thuyết, thì 'chấp nhận' và 'từ chối' đều là những kết quả nghiên cứu có thể chấp nhận. Bạn không nên bị áp lực 'chứng minh' giả thuyết của mình. Nếu bạn làm như vậy, nó sẽ khiến bạn bóp méo việc phân tích dữ liệu để bảo đảm một kết quả lạc quan. Điều này làm giảm giá trị bài nghiên cứu.

Xác minh tính đáng tin cậy. Bạn nên kiểm tra, kiểm tra tỉ mỉ, và kiểm tra lại để bảo đảm rằng dữ liệu chứng minh cho kết luận bạn đã rút ra từ chúng. Bạn có phân tích và giải thích dữ liệu cách chính xác không? Có thể có những nhân tố ảnh hưởng hay khiến bạn bỏ sót không? Có cách đáng tin cậy nào khác để giải thích dữ liệu không? Các kết luận của bạn có dựa trên sự thật hơn là ý kiến riêng không? Các dữ liệu có đủ để chứng minh những lời tuyên bố dựa trên dữ liệu không? Đây là những loại câu hỏi bạn cần hỏi để đảm bảo những điều bạn khám phá là đáng tin cậy.

Xem xét những hàm ý. Bước cuối cùng là xem xét các hàm ý và áp dụng của những phát hiện mới. Bạn nhìn thấy những hàm ý thực tiễn hay mục vụ nào? Ai có thể nhận được lợi ích? Những nguyên tắc nào có thể rút ra từ nghiên cứu? Việc rút ra nguyên tắc vừa cần thiết, vừa nguy hiểm. Một mặt, nghiên cứu của bạn chắc chắn dựa trên một quần thể nhỏ và cụ thể, vì vậy điều nguy hiểm là khái quát hóa rộng rãi như thể những gì đúng với quần thể đó cũng đúng cho công chúng nói chung. Mặt khác, chắc chắn có những yếu tố chung giữa quần thể của bạn và các cộng đồng khác, những người cũng có thể được lợi từ bài nghiên cứu. Để tạo cân bằng giữa hai mặt này, trình bày những áp dụng rộng hơn cho các khám phá của bạn (đối với quần thể khác) là điều thích hợp, nhưng điều khôn ngoan là thực hiện bằng ngôn ngữ thăm dò, tinh tế, thừa nhận rằng kết luận của bạn áp dụng trực tiếp cho quần có thể bạn đã nghiên cứu và chỉ áp dụng gián tiếp cho những quần thể khác.

Trong hầu hết các đề án nghiên cứu, nghiên cứu không nói lên quyết định cuối cùng về đề tài đó. Người nghiên cứu nhận ra nhu cầu cần có thêm nghiên cứu liên quan để làm sáng tỏ hay làm vững chắc những điều đã khám phá. Anh có thể nhìn thấy bài nghiên cứu của mình đã bước thêm một bước so với nghiên cứu trước đó như thế nào, nhưng cũng nhận ra có nhiều bước nữa cần được thực hiện. Nếu đây là điều bạn cảm nhận ở cuối bài nghiên cứu của mình, thì bạn nên kết thúc bằng vài đề xuất nghiên cứu thêm.

Bước 9: Viết báo cáo

Bước cuối cùng và quan trọng nhất của nghiên cứu là viết một báo cáo rõ ràng và thích hợp về những gì bạn đã thực hiện và tìm ra, để người khác cũng có thể được lợi từ hiểu biết mới này.[33] Báo cáo thường có năm phần.

Dẫn nhập (bao gồm bước 1). Như trong tất cả các nghiên cứu khác, dẫn nhập là phần phải có. Dẫn nhập đưa ra bối cảnh, định nghĩa về vấn đề, mục đích, những hạn chế và giới hạn, và định nghĩa các thuật ngữ.

Tổng quan tài liệu (bao gồm bước 2). Sau phần dẫn nhập, một luận văn nghiên cứu mô tả cần có cái được gọi là 'tổng quan tài liệu'. Phần này tường trình việc đọc bước đầu, cả về đề tài hay quần thể được nghiên cứu (thanh thiếu niên, chấp sự, nữ quản lý, vân vân), hệ phương pháp được sử dụng (thăm dò, tỷ lệ, xếp loại, vân vân), và khung lý thuyết, nếu thích hợp.

Phương pháp nghiên cứu (bao gồm bước 3-6). Phần này nói đến phương pháp nghiên cứu được sử dụng. Bạn nên mô tả mọi việc bạn đã làm từng bước một - phương pháp (định tính hay định lượng), công cụ, quy mô của mẫu và kỹ thuật lấy mẫu, tiến trình tập hợp dữ liệu và bất kỳ bước hay chi tiết nào khác mà người khác cần biết nếu người đó muốn lặp lại nghiên cứu của bạn. Hai vấn đề đặc biệt quan trọng ở đây. Thứ nhất là mô tả cách bạn triển khai, thử nghiệm và áp dụng bảng hỏi, hoặc trong trường hợp phỏng vấn là mô tả chi tiết cách bạn tổ chức và tiến hành phỏng vấn. Thứ hai là giải thích tiến trình bạn dùng để sắp xếp và phân tích dữ liệu.

---

33. "Types of Research in Education"

Kết quả (bao gồm bước 7). Bạn khám phá điều gì? Các đề tài được sắp xếp cách hợp lý và lần lượt được mô tả. Thường thì các câu hỏi thăm dò được thực hiện từng câu một, hoặc nếu bảng hỏi dài thì thực hiện theo từng nhóm câu hỏi có liên quan.

Hãy nghĩ tới việc bao gồm tất cả các giả thuyết, câu hỏi, mục tiêu hay mục đích cũng như dữ liệu cần thiết để nêu lên từng cái một và phương pháp cần thiết để tập hợp dữ liệu. Cuối cùng, mô tả phương cách bạn sẽ dùng để phân tích dữ liệu.[34]

Việc ghi chép dữ liệu sau khi quan sát có thể được trình bày dưới hình thức bảng, biểu, sơ đồ và phương pháp biểu thị xu hướng và tóm lược khác.[35]

Tóm tắt (bao gồm bước 8). Cuối cùng tóm lược toàn bộ tiến trình. Dựa trên bản tóm tắt, rút ra kết luận và đưa ra những đề xuất để nghiên cứu thêm.[36]

Nếu bạn đang viết một luận văn thần học, nghiên cứu mô tả có lẽ chỉ là một phần chính trong bài nghiên cứu. Chúng tôi đề nghị bạn tiến hành và báo cáo phần nghiên cứu mô tả như chúng tôi đã mô tả tiến trình ở đây. Ví dụ: một luận văn thần học thực hành dùng mô hình LIM có thể có ba phần chính. Phần nghiên cứu mô tả, phần 'tình hình hiện tại', có thể được viết dưới hình thức một báo cáo nghiên cứu mô tả.

Tóm Tắt

Nghiên cứu mô tả là công cụ mục vụ giá trị để phát triển bức tranh chính xác của thực tế hiện tại nhằm đặt nền cho việc chẩn đoán nguyên nhân và đưa ra biện pháp. Có hai hình thức chính,

---

34. "Research Methods"
35. Leedy, 186.
36. Vyhmeister, 129-130.

đó là nghiên cứu theo phương pháp định tính và định lượng. Nghiên cứu theo phương pháp định lượng dùng hình thức thăm dò và bảng hỏi để tập hợp dữ liệu thích hợp cho phân tích thống kê, còn các phương pháp định tính dựa trên phỏng vấn, tập trung quan sát nhóm hay cá nhân; dữ liệu được thu thập không thích hợp với phân tích thống kê.

Chương 17

Các Loại Nghiên Cứu Khác

Chúng tôi muốn kết thúc phần luận bàn các kiểu nghiên cứu bằng cách trình bày một số phương pháp không nhất thiết chiếm hết một chương, nhưng là những công cụ quan trọng trong mục vụ và nghiên cứu. Trước hết, chúng tôi đưa ra những hướng dẫn để thực hiện một bài điểm sách có tính phản biện. Cuối cùng, chúng tôi trình bày ba biến thể trong việc nghiên cứu các sự kiện hay vấn đề cụ thể trong mục vụ - nghiên cứu tình huống mục vụ, phân tích hội chúng và các vấn đề thần học trong mục vụ.

Điểm Sách

Giá trị và các loại bài điểm sách

Một bài điểm sách là loại bài viết thần học đặc biệt. Sinh viên có thể được yêu cầu viết bài điểm sách dựa trên các bài đọc quy định. Học giả viết bài điểm sách các xuất bản mới trong lĩnh vực chuyên môn của họ. Đọc các điểm sách là một phương cách có giá trị để theo kịp lượng văn chương khổng lồ được xuất bản. Có quá nhiều tài liệu được xuất bản mỗi năm đến nỗi không thể nào đọc từng tác phẩm trong lĩnh vực đó; nhờ đọc các điểm sách hay mà bạn có thể nắm được nghiên cứu mới nhất.

Điểm sách rơi vào hai loại: mô tả và phản biện. Điểm sách mô tả chỉ đơn giản tóm tắt một cuốn sách. Sự quan tâm của chúng tôi nghiêng về điểm sách phản biện. Điểm sách với óc phản biện mô tả và đánh giá sách. Người viết phê bình sách theo những tiêu chuẩn đã được chấp thuận và dùng bằng chứng chứng minh các đánh giá của mình.

Các thành phần trong bài điểm sách phản biện

Bước đầu tiên khi viết điểm sách là đọc cẩn thận và ghi chú. Bạn nên đọc ít nhất hai lần, nên có khoảng cách giữa các lần đọc. Trong lần đọc đầu tiên, hãy để cho mình làm quen với sách và tạo ấn tượng ban đầu. Trong lần đọc thứ hai, kiểm tra ấn tượng của bạn và thu thập bằng chứng để chứng minh cho kết luận của bạn.[1]

Có nhiều cách để viết một bài điểm sách. Về nguyên tắc, bài điểm sách nên có một luận đề chính (điểm chính) và phải được sắp xếp cách hợp lý để chứng minh luận đề đó.[2] Bài điểm sách phải có bốn thành phần, có thể dùng hoặc không dùng làm tiêu đề để sắp xếp bài viết:

1. Chi tiết của sách

Cung cấp danh mục tài liệu đầy đủ cho sách. Bao gồm tổng số trang trong quyển sách. Một số bài điểm sách cũng liệt kê giá và mã số sách theo tiêu chuẩn quốc tế (ISBN).

2. Lai lịch của tác giả

Nghiên cứu về tác giả - khả năng chuyên môn, hoàn cảnh, mối liên hệ giáo hội, chức vụ hay kinh nghiệm trong mục vụ, các xuất bản phẩm trước đó, vân vân. Ghi chú *ngắn gọn* bất kỳ điều gì về tác giả giúp soi sáng quyển sách.xem LAVC, "How to write a book review".

---

1. Grenville Draper, "Writing book reviews," cập nhật 2007, truy cập vào 8-12-2007, http://library.uwaterloo.ca
2. Ian Colford, "How to write a book review," cập nhật 2000, truy cập vào 12-8-2008, www.library.dal.ca

3. Mô tả mục đích

Phần mô tả không phải là tóm tắt sách.[3] Ngược lại, nó phải trích ra và tuyên bố mục đích và luận đề chính của tác giả (tác giả thường nói rõ mục đích trong phần lời tựa hay dẫn nhập), sau đó mô tả cách tác giả bắt đầu để đạt mục đích và triển khai luận đề. Những người đọc mô tả của bạn phải hiểu rõ mục đích chính của sách và cách tác giả bắt đầu đạt mục đích đó.

4. Đánh giá sách

Phần dài nhất và quan trọng nhất của bài điểm sách là đánh giá sách: (a) tác giả triển khai luận đề hiệu quả ra sao? (b) Tác giả đạt được mục đích cách tốt đẹp như thế nào? Đánh giá sách dựa trên mục đích tác giả tuyên bố là điều quan trọng. Nếu tác giả bắt đầu viết một bài chú giải dưỡng linh cho thiếu niên, thì phê bình việc tác giả không đánh giá các bản văn khác nhau là không công bằng. Tương tự, bạn không trách người viết 'chỉ dẫn cho tín hữu về các giáo lý Kinh thánh' khi người đó bỏ qua dữ liệu chuyên môn. Tuy nhiên, một chú giải có tính phê phán mà bỏ qua những bản văn khác nhau quan trọng, hay một bài chuyên khảo học thuật mà không đưa vào nguồn tài liệu chính yếu, thì phải được đề cập đến.

Hãy phát biểu việc bạn tin tác giả đã đạt mục đích cách tốt đẹp như thế nào, rồi chứng minh kết luận của mình bằng chứng trong sách. Đây là một số tiêu chuẩn bạn có thể dùng khi đánh giá sách thần học:

- *Kinh thánh.* Tác giả có dùng Kinh thánh cách thích đáng không? Giải kinh của tác giả có nhất quán, thấu đáo và vững vàng không?

---

3. Colford, "How to write a book review".

- *Kiến thức học thuật.* Tác giả có thể hiện sự hiểu biết rõ về kiến thức học thuật liên quan gần đây không? Tác giả có sử dụng kiến thức đó cách thỏa đáng và thích hợp không?
- *Giả định.* Tác giả có tuyên bố những giả định cách trung thực không? Chúng có thích hợp không? Thành kiến cá nhân có ảnh hưởng đến tính khách quan hay làm lu mờ sự suy xét của tác giả không?
- *Sắp xếp.* Cấu trúc của sách có rõ ràng và hợp lý không? Sách có dùng công cụ cấu trúc thích hợp để hỗ trợ cho mục đích của sách không? (ví dụ: bảng biểu, bảng chú dẫn, chuyển ý, tiêu đề).
- *Phương pháp luận.* Nếu là một tài liệu nghiên cứu, thì phương pháp luận của tác giả có thích hợp và hợp lý không? Tác giả có mô tả cách trong sáng không?
- *Tính chính xác.* Tác giả có nghiên cứu thấu đáo không? Bạn có nhận thấy lỗi nào về sự thật không? Tác giả có trình bày quan điểm của người khác cách công bằng và chân thật không?
- *Tính thích hợp.* Quyển sách thích hợp thế nào đối với đối tượng hướng đến? Có dễ đọc không? Có hấp dẫn không? Có hữu ích không?
- *So sánh.* So với những tác phẩm khác trong cùng lĩnh vực thì quyển này thế nào? Sách có đóng góp gì? Sách có đáp ứng những tiêu chuẩn được chấp thuận không?
- *Tác động.* Sách đã tác động trên bạn ra sao? Đáp ứng cá nhân của bạn là gì?

Ngôn ngữ và cấu trúc của bài điểm sách

Giọng văn của bài điểm sách nên phản ánh thái độ lịch sự và tử tế. Ngay cả khi bạn không đồng ý với tác giả, cũng hãy viết cách bình đẳng. Nhiều tranh luận về học thuật được thực hiện theo cách không thích hợp với Phúc Âm của Chúa Giê-xu Christ. Các học giả dùng ngôn ngữ hiếu chiến để làm bẽ mặt những người có quan điểm trái ngược. Trong tất cả bài viết, chúng tôi khuyên bạn xem người khác là anh em trong Đấng Christ.

Bạn có thể sắp xếp bài điểm sách bằng cách sử dụng bốn thành phần làm tiêu đề (xem ở trên), nhưng bạn không cần phải làm như vậy. Nhiều nhà điểm sách thích đan kết thành phần 2-4 thành một bài luận liên tục. Nếu bạn viết bài theo hình thức bài luận, hãy sắp xếp xung quanh luận đề của phần đánh giá và dùng cấu trúc ba phần thông thường: nhập đề, thân bài, và kết luận.

- *Nhập đề.* Câu mở đầu phải xác định tinh thần của bài điểm sách. Colford[4] đề nghị một câu hoặc về (a) luận đề của bài điểm sách, (b) mục đích của tác giả hoặc (c) tầm quan trọng của sách. Đây là những lựa chọn hay để viết câu mở đầu.
- *Thân bài.* Thân bài phải triển khai bài điểm sách cách rõ ràng, thứ tự. Phần mô tả và đánh giá phải đan kết vào nhau, cung cấp bằng chứng để chứng minh những đánh giá.
- *Kết luận.* "Đoạn kết luận có thể tóm lược hay phát biểu lại luận đề của bạn hoặc đưa ra lời đánh giá cuối cùng về quyển sách. Không nên giới thiệu thông tin hay ý tưởng mới trong phần kết luận".[5]

Ngay cả nếu bạn dùng bốn thành phần làm tiêu đề, bạn cũng vẫn có thể áp dụng cấu trúc ba phần này cho tài liệu dưới hai tiêu đề chính, đó là mô tả và đánh giá.

---

4. Colford, "How to write a book review".
5. Colford, "How to write a book review".

Tóm Tắt

Điểm sách nằm trong số những loại bài viết thần học có giá trị nhất. Chúng giúp người đọc có thể bắt kịp những xu hướng gần đây mà không phải đọc từng tác phẩm mới. Mặc dù bài điểm sách mô tả có giá trị nhất định nào đó, nhưng điểm sách phản biện có giá trị hơn nhiều.

Mục tiêu của điểm sách là nhằm đánh giá tác giả đã đạt được mục đích của mình cách tốt đẹp như thế nào. Bài điểm sách nên mô tả mục đích của tác giả và giải thích cách tác giả cố gắng đạt mục đích đó. Người viết bài điểm sách nên nói rõ người đó cho rằng tác giả đã đạt mục đích tốt đẹp như thế nào, chứng minh kết luận của mình bằng những bằng chứng trong sách.

Nghiên Cứu Tình Huống Mục Vụ

Vyhmeister[6] mô tả một nghiên cứu tình huống cụ thể trong mục vụ như sau:

> Nghiên cứu xem xét một tình huống, hoạt động của một nhóm, hay một sự việc. Lẽ tự nhiên, nghiên cứu tình huống mục vụ xem xét một sự kiện, một con người hay một hoàn cảnh liên quan đến mục vụ. Bài nghiên cứu phải phân tích bối cảnh của sự việc, tất cả các yếu tố góp phần vào sự tác động và tương tác lẫn nhau, và điều thật sự xảy ra.

Một nghiên cứu tình huống về vấn đề liên quan đến mục vụ đòi hỏi bốn bước:[7]

- *Quan sát.* Tình huống được viết ra dựa trên những quan sát cẩn thận. Bạn có thể dùng bất kỳ công cụ nào của nghiên cứu mô tả (bao gồm quan sát cá nhân) để viết thành tình huống. Tất cả chi tiết cần thiết phải được đưa vào bài mô tả tình huống bằng văn tự.

---

6. Vyhmeister, 144.
7. Vyhmeister, 145-149.

- *Phân tích.* "Một khi tình huống đã được viết ra, bước tiếp theo là phân tích cẩn thận các sự kiện, sự tương tác và phản ứng của người đó hay những người liên quan trong vụ việc...Công tác phân tích là để hiểu, chứ không phải để xét đoán đúng sai trong hành động của ai đó" (tr.147).
- *Giải thích.* Bây giờ tình huống được phê phán trên phương diện thần học. "Câu hỏi then chốt là: Kinh thánh, thần học, và truyền thống cũng như tín lý của giáo hội nói gì về tình huống này?" (tr.148).
- *Hành động.* Nghiên cứu kết thúc với kế hoạch hành động. Đó là "người đó đánh giá bất kỳ hành động nào đã được thực hiện và phác thảo chiến lược mục vụ thích hợp cho tương lai để ứng phó với tình huống" (tr.149).

Một nghiên cứu tình huống có thể thay đổi về kích cỡ từ một tờ giấy ngắn cho đến cả luận văn dài. Về cơ bản, đó là hình thức riêng biệt của nghiên cứu thần học thực hành, rất giống với mô hình LIM (xem chương 14). Một loại nghiên cứu tình huống cụ thể khác có thể có giá trị trong mục vụ là phân tích hội chúng.

Phân Tích Hội Chúng

Hendricks[8] phát triển một mô hình nghiên cứu để nghiên cứu hội chúng. Ông gọi đó là phân tích ngữ cảnh. Giá trị của nó nằm ở chỗ tạo một bức chân dung chính xác về hội chúng, giúp người lãnh đạo có những quyết định sau khi hiểu rõ vấn đề. Mục tiêu là tìm xem hội chúng đang ở đâu để người lãnh đạo có thể đưa ra quyết định về nơi phải đến và cách đi đến đó.

---

8. H. Jurgens Hendricks, *Studying congregations in Africa* (Wellington:Lux Verbi, 2004).

Phương thức gồm bốn bước. Nó đòi hỏi người đó tiến hành nghiên cứu chi tiết lịch sử, văn hóa, thần học và những trải nghiệm của hội thánh. A Contextual Analysis of a Congregation[9] đưa ra chín câu hỏi bạn phải cố gắng trả lời:

- Lịch sử của hội thánh là gì?
- Văn hóa của khu vực bạn sinh sống là gì?
- Văn hóa được thể hiện trong hội thánh của bạn là gì và văn hóa của khu vực phản ánh nơi đó như thế nào?
- Thần học/sứ điệp chính yếu được trình bày tại hội thánh của bạn là gì?
- Một số những trải nghiệm chính mà hội thánh bạn đã trải qua là gì?
- Kinh nghiệm lần đầu tiên bạn bước vào hội thánh của bạn là gì?
- Điều gì khiến bạn trở lại hội thánh này?
- Trong quá trình thực hiện nghiên cứu này, bạn học được gì về hội thánh của bạn mà trước đây bạn chưa biết?
- Phân tích ngữ cảnh có thể giúp hội thánh bạn trong việc đưa ra những quyết định quan trọng như thế nào?

Cuối cùng, trong mục vụ, bạn sẽ đối diện với những thách thức liên quan các vấn đề thần học và kết quả của nó trong cuộc sống thực tế. Điều này dẫn chúng ta đến loại nghiên cứu cuối cùng mà chúng tôi muốn đề cập.

Các Vấn Đề Thần Học Trong Mục Vụ

Vyhmeister[10] cũng trình bày một mô hình để viết "bài luận về các vấn đề thần học trong mục vụ". Mẫu của bà giống bố cục của

---

9. "A Contextual Analysis of a Congregation," cập nhật 2008, truy cập vào 3-6-2008, www.mccchurch.org

10. Vyhmeister, 152-154.

chúng tôi cho thần học thực hành, ngoại trừ việc nó phân tích vấn đề thần học trong hội thánh địa phương và áp dụng kết quả cho tình huống đó. Nghiên cứu các vấn đề thần học trong ngữ cảnh mục vụ mang lại phương cách thực tiễn để sinh viên mở rộng hiểu biết thần học và các kỹ năng, đồng thời tự trang bị mình cho chức vụ sáng tạo và sâu sắc (tr.152).

Vyhmeister[11] cho rằng loại nghiên cứu này sẽ giúp bạn phát triển những kỹ năng sau:

- quan sát chính xác và khách quan,
- phân tích mang tính tưởng tượng,
- nhận xét về mặt thần học
- tuyên bố quan điểm thần học - mục vụ,
- hoạch định chiến lược hiệu quả, và
- viết tất cả những điều trên.

Giống mô hình LIM (xem chương 14), bài viết về vấn đề thần học trong mục vụ thường đòi hỏi ba phần chính:

1. Phân tích vấn đề
2. Nhận xét về mặt thần học
3. Áp dụng vào mục vụ

Tính lo-gic thật đơn giản. Bài viết bắt đầu bằng một vấn đề thực tế trong một hội chúng địa phương. Sau khi mô tả hoàn cảnh và nhận diện vấn đề thần học tiềm ẩn, đi vào phần nhận xét trên phương diện Thánh kinh và thần học. Điều này dẫn đến quan điểm cụ thể về vấn đề. Giai đoạn cuối cùng là xem xét quan điểm này có thể được áp dụng trong sinh hoạt của hội chúng như thế nào.

---

11. Vyhmeister, 152.

Tài Liệu Tham Khảo Chọn Lọc

American Psychological Association. *Publication Manual of the American Psychological Association.* Washington, DC: American Psychological Association, 2001.

Banz, Clint. *Research Methods.* Landsdale: Calvary Baptist Theological Seminary, 2003.

Barber, Cyril J., và Robert M. Krauss Jr. *An Introduction To Theological Research: A Guide for College and Seminary Students.* Phiên bản 2, hiệu đính và bổ sung. University of America Press.

Colford, Ian. "How to Write a Book Review." Cập nhật 2000. Truy cập vào 8-12-2007. www.library.dal.ca.

Cowan, Michael A. "Introduction to Practical Theology." *Loyota Institute for Ministry.* Cập nhật 2000. Truy cập vào 2-6-2006. http://loyno.edu.

Danker, Frederick W. *Multipurpose Tools for Bible Study.* Minneapolis: Fortress Press, 2003.

Draper, Grenville. "Writing Book Review." Cập nhật 2007. Truy cập vào 8-12-2007. http://library.uwaterloo.ca.

Garmonsway, George N. và cs., bt. *The Penguin English Dictionary.* Harmondsworth: Penguin Books, 1972.

Gibaldi, Joseph, và Phyllis Franklin. *MLA Handbook for Writers of Research Papers.* Phiên bản 6. New York: Modern Language Association of America, 2003.

Hendriks, H. Jurgens. *Studying Congregations in Africa*. Lux Verbi.BM, 2004.

Hunter, Archibald M. *Introducing the New Testament*. London: SCM Press, 1945.

Isaac, Stephen, và William B. Michael. *Handbook In Research Evaluation*. San Diego: EDITS, 1971.

Lategan, Laetus O. K., bt. *An Introduction to Postgraduate Supervisions*. Stellenbosch, South Africa: Stellenbosch University Press, 2008.

Leedy, Paul D. *Practical Research Planning and Design*. New York: MacMillan, 1993.

Lester, James D. *Writing Research Papers: A Complete Guide*. Phiên bản 4. Glenview, Ill: Pearson Scott Foresman, 1984.

Los Angeles Valley College [LAVC]. "How to Write a Book Review." Cập nhật 2005. Truy cập vào 8-12-2007. www.lavc.edu.

Massachusetts Institute of Technology. "Unlocking Knowledge, Empowering Minds." Cập nhật 2008. Truy cập vào 14-5-2008. http://ocw.mit.edu.

Mouton, Johann. *How to Succeed in Your Master's and Doctoral Studies: A South African Guide and Resource Book*. Pretoria: Van Schaik Publishers, 2001.

Myers, William R. *Research in Ministry: A Primer for the Doctor of Ministry Program*. Phiên bản 3. Chicago, Ill: Exploration Press, 2000.

Patton, Michael Quinn. *Qualitative Research & Evaluation Methods*. Phiên bản 3. Thousand Oaks, Calif: SAGE Publications, Inc, 2001.

Patwardhan, H. "Research Design and Implementation," Bài thuyết trình trực tuyến, 2007. Truy cập vào 18-3-2008. http://bb.cutn.sk/discus/messages/31352.

Pretorius, Mark. "How to Write a Good Assignment." South African Theological Seminary, 2008.

Ritter, Robert M. *The Oxford Guide to Style*. Oxford, New York: Oxford University Press, 2002.

Silvia, Paul J. *How to Write a Lot: A Practical Guide to Productive Academic Writing*. American Psychological Association, 2007.

Simpeh, KN. "Writing a Research Proposal." Cập nhật 2007. Truy cập vào 18-3-2008. http://researchroundtableinternational.com

Swales, John M., và Freak, Christine B. *Commentary for Academic Writing for Graduate Students: A course for nonnative speakers of English*. Phiên bản 2. Michigan: University of Michigan Press, 2004.

Taylor, Stan, và Nigel, Beasley. *A Handbook for Doctoral Supervisors*. Psychology Press, 2005.

Turabian, Kate L. *A Manual for Writers of Research Papers, Theses, and Dissertations: Chicago Style for Students and Researchers*. Được biên tập bởi Wayne C. Booth, Gregory G. Colomb, Joseph M. Williams, và Nhân sự của Nhà xuất bản University of Chicago. Phiên bản 8. Chicago: University Of Chicago Press, 2013.

_____, và Wayne C. Booth. *A Manual for Writers of Research Papers, Theses, and Dissertations: Chicago Style for Students and Researchers*. University of Chicago Press, 2007.

Vyhmeister, Nancy J. *Quality Research Papers: For Students of Religion and Theology*. Zondervan, 2001.

Walk, Kerry. "How to Write a Compare-and-Contrast Paper." *Princeton Writing Program*. Cập nhật 2001. Truy cập 10-05-2008. http://web.princeton.edu.

Ware, Bruce. "Method of Evangelical Theology". Cập nhật 2001. Truy cập vào 23-5-2008. https://www.biblicaltraining.org.

Woodbridge, Noel B., và Song, Arthur. "A Model for Practical Theology." South African Theological Seminary, 2007.

"Abstracts." *Princeton Writing Program*. Cập nhật 1999. Truy cập vào 10-5-2008. http://web.princeton.edu.

"Applied Research Project." Cập nhật 2005. Truy cập vào 19-3-2008. www.dts.edu.

"Applied Social Project." Cập nhật 2005. Truy cập vào 7-4-2008. http://faculty.fhu.edu.

"Contextual Analysis of a Congregation." Cập nhật 2008. Truy cập vào 6-3-2008. www.mcchurch.org.

"Developing a Central Idea or 'Thesis'." *Princeton Writing Program*. Cập nhật 1999. Truy cập vào 10-5-2008. www.princeton.edu.

"Developing an Argument." *Princeton Writing Program*. Cập nhật 1999. Truy cập vào 10-5-2008. www.princeton.edu.

"Do's and Don'ts of Questionnaire Design in Survey Research." Cập nhật 2008. Truy cập vào 20-3-2008. www.nedarc.org.

"Educational Research." Cập nhật 2005. Truy cập vào 18-3-2008. http://www83.homepage.villanova.edu.

"Introductions and Conclusions." *Princeton Writing Program*. Cập nhật 2001. Truy cập vào 10-5-2008. http://web.princeton.edu.

"Research Methods." Cập nhật 2008. Truy cập vào 18-3-2008. www.kkhubb.com.

"Types of Research in Education." Cập nhật 2008. Truy cập vào 19-3-2008. www.bhojvirtualuniversity.com.

"What Is Descriptive Research?" Cập nhật 2008. Truy cập vào 18-3-2008. http://wiki.answers.com.

Công ty sách Cơ Đốc **Văn Phẩm Hạt Giống** chính thức ra đời vào tháng 4/ 2016 nhằm đáp ứng nhu cầu cấp thiết về văn phẩm Cơ Đốc có giá trị dành cho Cơ Đốc nhân người Việt với một sứ mệnh rõ ràng.

Văn Phẩm Hạt Giống sẽ cung cấp những văn phẩm Cơ Đốc:

- Có **giá trị cao, trung thành với sự dạy dỗ của Kinh Thánh, phù hợp** với nhu cầu và bối cảnh của các cộng đồng người Việt trong và ngoài nước.
- Nhằm **trang bị** từng cá nhân tín hữu Việt Nam **tăng trưởng đức tin** và **phát triển Vương Quốc Đức Chúa Trời.**

Tên gọi Hạt Giống vốn được truyền cảm hứng từ lời Chúa trong Mác 4:4. Lời của Đức Chúa Trời - Hạt Giống cứu rỗi - sẽ được những Cơ Đốc nhân gieo ra và trở lên lớn mạnh trong lòng người tin nhận.

Khi cho ra đời những văn phẩm có giá trị, chúng tôi ao ước chính mình sẽ là những người gieo trồng, kẻ tưới trong nhà Đức Chúa Trời. Chính Đức Chúa Trời sẽ hành động trong lòng độc giả khiến đời sống họ được biến đổi, lớn lên trong đức tin, được phước dư dật và đem phước hạnh ấy đến cho người khác (1 Cô. 3:5-9).

Với mong muốn phát hành nhiều hơn nữa những cuốn sách chất lượng, có giá trị cao tới cộng đồng, chúng tôi luôn cần sự cầu thay, giúp đỡ, nhận xét và đóng góp quý báu cho từng cuốn sách đã được xuất bản. Những lời làm chứng, chia sẻ về sự biến đổi đời sống trong năng quyền của Chúa khi quý vị đọc những cuốn sách này cũng sẽ là nguồn khích lệ lớn lao cho chúng tôi tiếp tục sứ mệnh của mình. Mọi tâm tình, ý kiến đóng góp, chia sẻ xin gửi cho chúng tôi theo địa chỉ:

nhabientap@vanphamhatgiong.com

hoặc chia sẻ với chúng tôi trên trang Facebook **Văn Phẩm Hạt Giống.**

Rất mong được đón nhận!

VĂN PHẨM Hạt Giống

CÁC SÁCH ĐÃ XUẤT BẢN

Quý độc giả có thể xem thông tin chi tiết về từng sách trên Website: *http://vanphamhatgiong.com/vi/cua-hang/* hoặc trên FB Page *Văn Phẩm Hạt Giống*

CÁC SÁCH SẮP XUẤT BẢN

1. **Phúc Âm Ba Chiều** (Jayson Georges)
2. **Rèn Luyện Tâm Linh Trong Nếp Sống Cơ Đốc** (Donald S. Whitney)
3. **Giải Nghĩa Tân Ước của Tyndale: Gia-cơ** (Douglas J. Moo)
4. **Bảy Định Luật của Sự Giảng Dạy** (John Milton Gregory)
5. **Noi Gương Chúa Giê-xu** (Một số Mục sư Việt Nam)
6. **Giải Nghĩa Áp Dụng: Phục Truyền Luật Lệ Ký** - 3 tập (Daniel I. Block)

Liên hệ mua sách:

- **E-mail:** info@vanphamhatgiong.com
- **Website:** http://vanphamhatgiong.com
- **Mua sách trên trang lulu.com**: http://www.lulu.com/spotlight/ Van_Pham_Hat_Giong
- **Facebook Page:** Văn Phẩm Hạt Giống

www.ingramcontent.com/pod-product-compliance
Lightning Source LLC
Chambersburg PA
CBHW071414090426
42737CB00011B/1455